# Bí Quyết Ẩm Thực Kỳ Diệu Cùng Mai

Hơn 100 công thức nấu ăn từ thực vật với siêu thực phẩm Mai giúp tăng cường sức khỏe và tràn đầy năng lượng

Trung Kiên

**MỤC LỤC**

## SỐT VÀ PESTOS .......... 121



## MÓN TRÁNG MIỆNG .......... 130

# GIỚI THIỆU

Khám phá hành trình ẩm thực độc đáo với siêu thực phẩm Mai và biến mỗi bữa ăn thành một trải nghiệm tràn đầy sức sống. Trong cuốn sách này, bạn sẽ tìm thấy hơn 100 công thức nấu ăn từ thực vật được biên soạn tỉ mỉ nhằm giúp bạn dễ dàng tạo ra những món ăn không chỉ ngon miệng mà còn bổ dưỡng, góp phần tăng cường sức khỏe và năng lượng cho cơ thể. Từng công thức đều được thiết kế với những bước hướng dẫn chi tiết, mẹo vặt thiết thực và các lựa chọn thay thế linh hoạt, phù hợp với mọi đối tượng từ người mới bắt đầu đến các đầu bếp dày dặn kinh nghiệm.

Hãy để siêu thực phẩm Mai truyền cảm hứng cho bạn, biến căn bếp của mình thành xưởng sáng tạo, nơi mỗi món ăn là một tác phẩm nghệ thuật giúp nuôi dưỡng tâm hồn và cơ thể. Đón nhận sự thay đổi tích cực trong phong cách sống và tận hưởng từng khoảnh khắc thưởng thức những bữa ăn đầy màu sắc, giàu dinh dưỡng và tràn ngập niềm vui!

# BỮA SÁNG VÀ BỮA TRƯA

## 1. Trà chùm ngây

Tạo ra: 2

**THÀNH PHẦN:**

- 800ml nước
- 5-6 lá bạc hà – rách
- 1 muỗng cà phê hạt thì là
- 2 thìa cà phê bột Mai
- 1 thìa nước cốt chanh/chanh
- 1 muỗng cà phê Mật ong hữu cơ làm chất ngọt

**HƯỚNG DẪN:**

a) Đun sôi 4 cốc nước.
b) Thêm 5-6 lá bạc hà và 1 thìa cà phê hạt thì là/jeera.
c) Đun sôi cho đến khi lượng nước còn lại một nửa.
d) 2 thìa cà phê bột Mai.
e) Chỉnh lửa lớn, khi sủi bọt và nổi lên thì tắt bếp.
f) Đậy nắp và để yên trong 4-5 phút.
g) Sau 5 phút, lọc trà vào cốc.
h) Thêm mật ong hữu cơ để nếm và vắt vào nước cốt chanh tươi.

## 2. Bánh chùm ngây

**THÀNH PHẦN:**

- ½ dầu dừa nguyên chất thay vì bơ hoặc bơ thực vật
- ¾ cốc đường
- 3 quả trứng
- 2 chén bột mì đa dụng
- 3 thìa cà phê bột nở
- 1 thìa cà phê muối
- 1 thìa cà phê Vani
- ½ cốc sữa
- 3 thìa bột chùm ngây

**HƯỚNG DẪN:**

a) Rây bột mì đa dụng, bột nở và muối. Để qua một bên.
b) Trộn đều dầu dừa nguyên chất và đường.
c) Thêm trứng vào hỗn hợp dầu dừa và đường. Pha trộn.
d) Thêm và trộn vani, sữa và bột Mai.
e) Sau đó thêm các nguyên liệu khô đã để riêng.
f) Đổ hỗn hợp vào chảo cupcake đã phết mỡ cho đến khi đầy 2/3.
g) Nướng trong lò làm nóng trước ở nhiệt độ 450°F trong 25 phút.

## 3. Latte mật ong Mai

Làm: 2 phần ăn

**THÀNH PHẦN:**

- ½ thìa cà phê Mai
- 1 cốc sữa
- Tùy chọn: Mật ong

**HƯỚNG DẪN:**

a) Hòa tan bột Mai với một chút nước nóng để tạo thành xi-rô.

b) Sữa nóng tạo bọt: Bạn có thể dùng máy tạo bọt sữa hoặc đun nóng trong nồi rồi cho sữa vào máy xay cùng với si-rô để tạo hiệu ứng sủi bọt.

## 4. Bát sữa dừa Mai

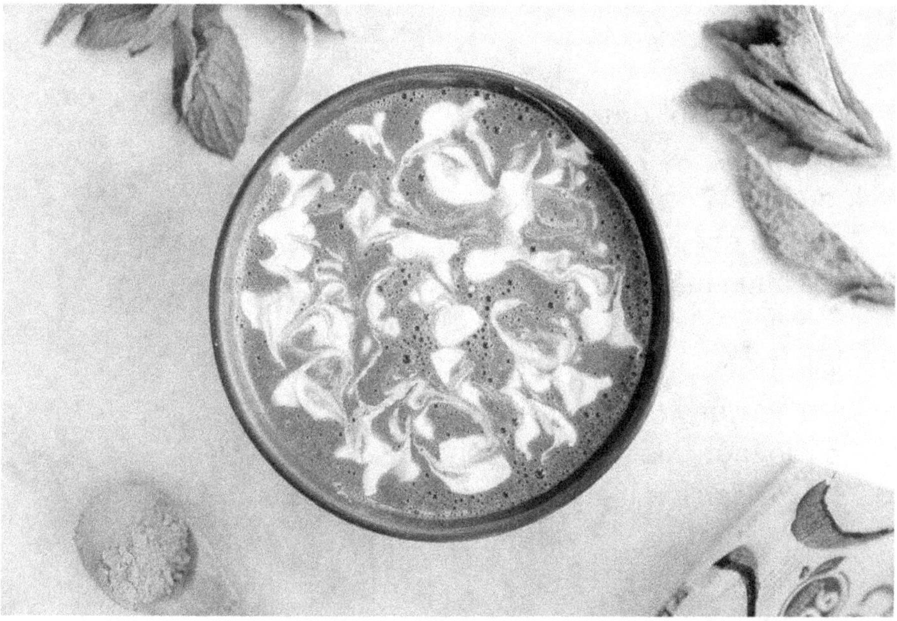

Làm: 2 phần ăn

**THÀNH PHẦN:**

- 2 quả chuối
- ½ cốc nước cốt dừa
- ½ cốc nước
- ¼ quả bơ
- 1 thìa cà phê Mai
- Mưa phùn mật ong

**HƯỚNG DẪN:**

a) Trộn nguyên liệu của bạn
b) Đổ vào một chiếc bát xinh xắn
c) Trang trí với các loại trái cây yêu thích của bạn.

## 5. Quả mâm xôi và Mai Granola

Tạo ra: 2

**THÀNH PHẦN:**

- 1 chén yến mạch kiểu cũ
- 2 ¼ chén bột mì đa dụng
- ⅔ cốc đường
- 1 muỗng canh bột nở
- 2 muỗng canh Mai, rây
- ½ muỗng cà phê muối
- 1 ¼ cốc sữa
- 2 muỗng cà phê chiết xuất vani
- 2 quả trứng, đánh bông
- Hộp 6 ounce sữa chua Hy Lạp không béo
- ⅓ cốc dầu dừa, ở trạng thái lỏng
- 1 pound quả mâm xôi, thái hạt lựu
- Xịt chống dính
- chà nhám đường, để hoàn thành

**HƯỚNG DẪN:**

a) Làm nóng lò trước ở nhiệt độ 200 độ C. Đặt 8 miếng lót bánh cupcake vào mỗi khuôn, sau đó xịt nhẹ một lớp xịt chống dính lên chúng.

b) Trong một bát trộn, trộn tất cả các nguyên liệu khô. Trong một tô trộn khác, trộn tất cả nguyên liệu ướt. Từ từ trộn nguyên liệu ướt vào nguyên liệu khô cho đến khi vừa trộn đều. Nhẹ nhàng trộn dâu tây thái hạt lựu vào. Dùng thìa hoặc muỗng múc kem để đổ đầy lớp lót cho đến khi bột chỉ gần mép trên của lớp lót.

c) Rắc đường cát lên mặt trên để có lớp vỏ bánh muffin giòn.

d) Nướng bánh nướng xốp ở 200 độ C trong 10 phút đầu tiên, sau đó giảm nhiệt xuống 80 độ C trong khoảng 12-15 phút nữa cho đến khi mặt bánh có màu vàng nhạt và dùng tăm rút ra sạch sẽ.

e) Khi bánh nướng xốp đủ nguội để xử lý, hãy chuyển chúng sang giá làm mát. Nếu bạn phục vụ bánh nướng xốp ngay lập tức, chúng có thể dính vào lớp lót. Đợi cho đến khi chúng nguội hoàn toàn và chúng sẽ dễ dàng thả ra.

# 6. <u>Bánh mì ngũ cốc nguyên hạt Mai</u>

Làm: 2 ổ bánh mì nhỏ

## THÀNH PHẦN

- 4 chén bột đánh vần
- 1 chén hỗn hợp hạt sống
- 3 củ cà rốt vừa thái nhỏ
- 2 cốc nước ấm
- 1,5 thìa cà phê men
- 2 thìa cà phê muối
- 2 muỗng canh bột Mai

## HƯỚNG DẪN

a) Làm mềm men trong nước ấm.

b) Thêm tất cả nguyên liệu vào tô trộn lớn.

c) Trộn cho đến khi tạo thành khối bột ẩm hoặc tất cả nguyên liệu đều được làm ẩm. Nếu có, hãy sử dụng máy trộn cầm tay hoặc máy trộn đứng có móc bột.

d) Trải bột vào chảo bánh mì nhỏ đã chuẩn bị sẵn. Rắc bột với hạt vừng.

e) Đặt hai khuôn bánh mì nhỏ lên giá giữa của lò lạnh. Đặt nhiệt độ lò ở mức 400°F.

f) Nướng bánh mì Mai trong 45-50 phút hoặc cho đến khi bạn có thể nhét và lấy tăm ra mà bột không dính vào tăm.

## 7. Bánh kếp chùm ngây nhân nấm

Làm: 8 phần ăn

**THÀNH PHẦN:**

**ĐỐI VỚI BÁNH XẾP:**

- 2 thìa cà phê bột Mai
- 1 ½ chén bột kiều mạch
- 3 quả trứng, đánh đập
- 2 cốc sữa yến mạch
- ½ cốc nước lọc
- nhúm muối hồng
- 2 nắm rau bina tươi
- một nắm nhỏ húng quế tươi
- 1 thìa cà phê hỗn hợp thảo mộc
- dầu dừa, để chiên

**ĐỐI VỚI ĐIỀN:**

- 2 tép tỏi
- 250g nấm hạt dẻ
- 2 muỗng cà phê dầu dừa
- 1 thìa cà phê hỗn hợp thảo mộc
- chút muối hồng + tiêu
- ⅔ cốc sữa hạt điều tự làm
- 1 muỗng canh men dinh dưỡng
- một vài lá húng quế tươi
- một nắm nhỏ rau bina tươi

**HƯỚNG DẪN:**

a) Để làm bột bánh pancake, cho tất cả nguyên liệu trừ dầu dừa vào máy xay và xay cho đến khi mịn.

b) Đun chảy một ít dầu dừa trong chảo ở lửa vừa rồi đổ một vài thìa bột bánh xèo lớn vào chảo. Chiên bánh pancake khoảng 2-3 phút cho đến khi chín vàng.

c) Để làm nhân, hãy nghiền nát tép tỏi và băm nhỏ nấm hạt dẻ. Chiên những thứ này với một ít dầu dừa cho đến khi mềm, sau đó thêm các loại rau thơm đã trộn, muối hồng, tiêu và sữa hạt điều tự làm.

d) Vặn lửa nhỏ xuống đun nhỏ lửa và tiếp tục khuấy cho đến khi nước sốt đặc lại. Tiếp theo, thêm men dinh dưỡng, húng quế tươi và lá rau bina vào. Khuấy đều cho đến khi lá héo thì tắt bếp.

e) Múc nhân vào trong bánh, sau đó gấp bánh lại.

## 8. Trà đá chùm ngây bạc hà chanh

Làm cho: 1 lít

**THÀNH PHẦN:**

- 2 kim tự tháp thanh lọc: Trà Mai Super
- 200ml nước mới đun sôi
- 800ml nước lạnh
- 1 quả chanh, thái lát
- một nắm lá bạc hà

**PHỤC VỤ:**

- khối nước đá

**HƯỚNG DẪN:**

a) Đổ nước sôi lên kim tự tháp trà, lát chanh và lá bạc hà vào bình chịu nhiệt và để chúng ủ trong ít nhất 10 phút. Lấy các kim tự tháp trà ra, khuấy đều và để trà nguội trước khi đổ nước lạnh vào.

b) Để phục vụ, thêm đá viên.

## 9. Bánh rán Cacao & Mai

Làm: 6 chiếc bánh rán

**THÀNH PHẦN:**

**ĐỐI VỚI BÁNH RỪNG:**

- 1 thìa cà phê bột Mai
- 1 thìa cà phê bột Super-Cacao
- ½ chén bột kiều mạch
- ¾ cốc hạnh nhân xay
- ¼ muỗng cà phê baking soda
- Một nhúm muối hồng
- ¼ cốc đường dừa
- 1 quả trứng, đánh bông
- ½ quả chuối lớn, nghiền nát
- 1 muỗng canh si-rô phong
- một ít sữa hạnh nhân không đường
- 1 muỗng canh dầu dừa để bôi trơn

**ĐỐI VỚI VIẾT:**

- 2 thìa cà phê bột Mai để làm kem Mai
- 2 thìa cà phê Super-Cacao Powder để làm kem cacao
- 4 muỗng canh bơ dừa, tan chảy một phần
- 2 muỗng canh mật ong nguyên chất hoặc xi-rô cây phong

**ĐỂ ĐỨNG ĐẦU:**

- ngòi cacao
- hạt phỉ cắt nhỏ
- cánh hoa hồng ăn được

**HƯỚNG DẪN:**

a) Làm nóng lò ở 180C.

b) Để làm bánh rán, cho bột kiều mạch, hạnh nhân xay, baking soda, muối hồng và đường dừa vào tô lớn.

c) Trong một bát riêng, trộn trứng, chuối nghiền, xi-rô cây thích và sữa hạnh nhân rồi nhẹ nhàng trộn nguyên liệu ướt vào nguyên liệu khô cho đến khi hòa quyện hoàn toàn. Chia hỗn hợp thành hai bát và cho bột Mai vào một bát và bột cacao vào một bát khác.

d) Cẩn thận bôi dầu dừa lên chảo bánh rán và đổ cả hai hỗn hợp bánh rán vào khuôn.

e) Nướng trong lò khoảng 12-15 phút và để nguội trên giá làm mát trước khi tráng men.

f) Để làm cả kem cacao và kem Mai, hãy kết hợp bơ dừa và mật ong tan chảy một phần. Chia hỗn hợp thành hai bát và cho bột Mai vào một bát và bột cacao vào một bát khác. Nếu muốn có độ đặc sệt hơn, hãy thêm một chút nước sôi hoặc một ít bơ dừa tan chảy và trộn đều.

g) Nhúng bánh rán vào kem cho đến khi chúng được phủ hoàn toàn và phủ hạt phỉ cắt nhỏ, cánh hoa hồng ăn được hoặc ngòi cacao lên trên.

## 10. Bánh kếp vani Mai

Làm: 2 phần ăn

**THÀNH PHẦN:**

- 1¾ chén yến mạch cán kiểu cũ
- 2 thìa bột chùm ngây không đường
- 2 muỗng canh hỗn hợp bánh pudding vani không đường
- 1½ muỗng cà phê bột nở
- 1 muỗng cà phê baking soda
- ¼ thìa cà phê muối
- 2 muỗng canh dầu dừa, tan chảy
- 1 muỗng canh si-rô phong
- 1 trứng lớn
- 1 muỗng cà phê chiết xuất vani
- 1½ cốc sữa ít béo 2%

**HƯỚNG DẪN:**

a) Thêm tất cả các thành phần vào máy xay. Dầu dừa tan chảy có thể cứng lại khi kết hợp với các nguyên liệu lạnh hơn, vì vậy bạn có thể làm ấm sữa một chút để tránh điều này xảy ra nếu muốn.

b) Nghiền mọi thứ trong máy xay cho đến khi bạn có được chất lỏng mịn.

c) Đổ hỗn hợp bánh pancake vào tô lớn.

d) Để bột nghỉ khoảng 5 đến 10 phút. Điều này cho phép tất cả các thành phần kết hợp với nhau và làm cho bột có độ đặc tốt hơn.

e) Xịt một lớp dầu thực vật lên chảo chống dính hoặc vỉ nướng rồi đun trên lửa vừa.

f) Khi chảo đã nóng, dùng cốc đong ¼ cốc cho bột vào và đổ bột vào chảo để làm bánh pancake. Dùng cốc đong để tạo hình cho bánh pancake.

g) Nấu cho đến khi các mặt se lại và hình thành bong bóng ở giữa, sau đó lật bánh.

h) Sau khi bánh đã chín ở mặt đó, hãy lấy bánh ra khỏi bếp và đặt bánh lên đĩa.

i) Tiếp tục các bước này với phần bột còn lại.

## 11. Bánh mì chua với Mai

Làm: 1 ổ bánh mì

**THÀNH PHẦN:**

- 1 cốc Mai mạnh, ấm
- 7 ounce bột chua lúa mì khởi đầu
- 1 muỗng canh muối
- 5 chén bột mì và dầu ô liu cho tô

**HƯỚNG DẪN:**

a) Trộn các thành phần và nhào đều. Để bột nổi lên trong tô có bôi mỡ và đậy nắp trong 1 giờ.

b) Nhẹ nhàng đổ bột lên bàn nướng.

c) Nhẹ nhàng gấp ổ bánh mì lại và đặt lên khay nướng đã phết dầu mỡ. Để nó tăng thêm 30 phút nữa.

d) Nhiệt độ lò ban đầu: 475°F.

e) Đặt bánh mì vào lò nướng và rắc một cốc nước dưới đáy lò. Giảm nhiệt độ xuống 400°F.

f) Nướng bánh trong khoảng 25 phút.

## 12. Bát sinh tố Mai và Nasturtiums

Tạo ra: 1

**THÀNH PHẦN:**

- 1 chén rau bina
- 1 quả chuối đông lạnh
- ½ cốc dứa
- ½ muỗng cà phê bột Mai chất lượng cao
- ½ muỗng cà phê chiết xuất vani
- ⅓ cốc sữa hạnh nhân không đường

**PHỦ BÊN TRÊN THỨC ĂN**

- hạt chia
- Hoa sen cạn

**HƯỚNG DẪN:**

a) Cho tất cả nguyên liệu sinh tố vào máy xay sinh tố. Xung cho đến khi mịn và kem.

b) Đổ sinh tố vào tô.

c) Rắc topping lên và ăn ngay.

## 13. Trà đá chùm ngây, dưa chuột và bạc hà

Làm: 2 phần ăn

**THÀNH PHẦN:**

- 1 muỗng nhỏ bột Mai
- 3 xi-rô trà đá dưa chuột và bạc hà
- Nước lạnh + đá

**HƯỚNG DẪN:**

a) Kết hợp bột Mai và xi-rô trong cốc
b) Đổ nước lên tới ¾
c) Khuấy và thêm đá vào cho đầy

## 14. Sôcôla nóng Mai đen

Làm: 2 phần ăn

**THÀNH PHẦN:**

- 1 muỗng sô-cô-la đen nóng Fairtrade
- 1 muỗng nhỏ bột Mai
- Sữa hấp

**HƯỚNG DẪN:**

a) Kết hợp Mai với một chút nước nóng và trộn thành hỗn hợp sệt

b) Đổ sữa hấp vào, khuấy đều khi đổ

## 15. Latte Mai Vani

Làm: 2 phần ăn

**THÀNH PHẦN:**

- 2 bơm xi-rô vani
- 1 muỗng nhỏ bột Mai và nhiều hơn nữa để phủ bụi
- Sữa hấp

**HƯỚNG DẪN:**

a) Kết hợp xi-rô và Mai trong cốc với một chút nước nóng
b) Trộn thành hỗn hợp mịn
c) Đổ sữa hấp vào, khuấy đều khi đổ
d) Bụi với Mai

## 16. Bát sinh tố ăn sáng

Làm: 2 phần ăn

**THÀNH PHẦN:**

- 2 quả chuối
- ½ cốc sữa hạnh nhân
- ½ cốc nước
- ¼ quả bơ
- 1 thìa cà phê Mai
- Mưa phùn mật ong

**HƯỚNG DẪN:**

d) Trộn nguyên liệu của bạn
e) Đổ vào một chiếc bát xinh xắn
f) Trang trí với các loại trái cây yêu thích của bạn.

## 17. Latte hạt điều

Làm: 2 phần ăn

**THÀNH PHẦN:**

- ½ thìa cà phê Mai
- 1 cốc sữa hạt điều
- Tùy chọn: Mật ong

**HƯỚNG DẪN:**

c) Hòa tan bột Mai với một chút nước nóng để tạo thành xi-rô.

d) Đánh bọt sữa nóng hạt điều rồi cho vào máy xay cùng với xi-rô để tạo hiệu ứng sủi bọt.

## 18. Yến mạch qua đêm Mai

Làm: 1 khẩu phần

## THÀNH PHẦN

- ½ chén yến mạch kiểu cũ
- ½ cốc sữa hoặc sữa thay thế tùy thích
- ¼ cốc sữa chua Hy Lạp
- 1 thìa cà phê bột Mai
- 2 thìa cà phê hạt chia
- 1 thìa cà phê mật ong
- một chút chiết xuất vani

## HƯỚNG DẪN

a) Đong tất cả nguyên liệu vào lọ hoặc bát và trộn đều.

b) Làm lạnh và thưởng thức vào sáng hôm sau!

## 19. Latte hoa hồng Mai

Tạo nên:1

**THÀNH PHẦN:**

- 2 muỗng cà phê bột Mai với nụ hoa hồng
- 1 muỗng canh nước nóng
- 4 ounce sữa yến mạch nóng hoặc sữa khác
- 1 thìa cà phê mật ong (tùy chọn)

**HƯỚNG DẪN**

a) Rây bột Mai vào cốc.

b) Thêm nước và khuấy cho đến khi không còn vón cục. Đổ sữa vào, khuấy đều cho đến khi sủi bọt.

c) Khuấy mật ong nếu muốn.

# MÓN ĂN VÀ MÓN KHAI THÁC

## 20. Oreo bạc hà Mai

Thành tích: 20-24

**THÀNH PHẦN:**

- 1 ½ chén bột yến mạch
- ½ cốc bột cacao
- ½ chén đường dừa hoặc đường trắng/nâu
- ½ muỗng cà phê bột nở
- ¼ thìa cà phê muối
- ½ chén dầu dừa
- ¼ cốc sữa tùy chọn

**CHO KEM Mai BẠC HÀ**

- 1 chén hạt điều – tốt nhất nên ngâm trong 4 giờ
- 2 muỗng canh xi-rô phong hoặc chất làm ngọt dạng lỏng tùy chọn
- 1 muỗng canh dầu dừa
- ¼ cốc sữa
- 1 thìa cà phê FERA Mai
- 1 muỗng cà phê chiết xuất bạc hà

**HƯỚNG DẪN:**

a) Làm nóng lò nướng của bạn ở nhiệt độ 350°F.

b) Trộn bột mì, cacao, đường, bột nở và muối vào tô. Thêm dầu dừa và sữa. Trộn để kết hợp.

c) Chuyển bột lên một bề mặt đã rắc bột mì. Cán thành hình chữ nhật dày ¼ inch và dùng khuôn cắt bánh quy tròn để cắt bánh quy.

d) Xếp lên khay nướng có lót giấy nến và nướng trong 15-20 phút. Để nguội hoàn toàn.

e) Trộn tất cả các thành phần làm đầy trong máy xay cho đến khi mịn.

f) Trải một lớp nhân mỏng lên một trong các bánh quy và phủ một lớp khác lên trên.

g) Bảo quản trong hộp kín có thể sử dụng được 4 ngày.

h) Thưởng thức!

## 21. Bánh quy may mắn Mai

Làm: 18 chiếc bánh quy may mắn lớn

**THÀNH PHẦN**

- ¾ cốc đường
- 3 lòng trắng trứng lớn
- 4 ounce bơ không muối, đun chảy và để nguội
- ½ chén bột mì đa dụng
- 1 muỗng canh bột Mai
- 18 vận may giấy nhỏ

**HƯỚNG DẪN:**

a) Trong tô vừa, đánh đường với lòng trắng trứng, bơ, bột mì và bột chùm ngây cho đến khi mịn. Đậy bột và để lạnh trong 1 giờ.

b) Làm nóng lò ở nhiệt độ 325° và lót khay nướng bằng tấm silicon. Chuẩn bị sẵn một cốc cà phê và khuôn làm bánh muffin cỡ tiêu chuẩn.

c) Múc hai ụ bột cỡ 2 thìa canh lên khay nướng, cách nhau 6 inch. Sử dụng thìa bù, trải bột thành hai viên tròn 6 inch.

d) Nướng ở giữa lò trong 12 đến 14 phút, cho đến khi các cạnh có màu nâu và phần giữa vẫn sáng.

e) Để nguội trong 10 giây, sau đó dùng thìa đảo ngược một tờ giấy và đặt một tờ giấy may mắn vào giữa. Gấp tuyle làm đôi rồi ghép các đầu lại với nhau, dùng mép cốc cà phê để tạo nếp gấp. Đặt bánh quy may mắn vào cốc muffin để giữ nguyên hình dạng. Lặp lại với tuile thứ hai. Nếu tuyle cứng lại, hãy cho nó vào lò nướng trong vài giây.

f) Lặp lại với số bột còn lại và vận may. Để bánh nguội hoàn toàn trước khi dùng.

## 22. Quả bóng năng lượng không nướng Mai

Tạo ra: 20 quả bóng

**THÀNH PHẦN**

- 1 muỗng canh bột lá Mai
- 1 cốc hỗn hợp hạt
- 1 muỗng cà phê bột quế
- ½ muỗng cà phê gừng tươi xay
- ⅔ cốc nho khô
- 1 muỗng cà phê chiết xuất vani

**HƯỚNG DẪN**

a) Nghiền hạt cùng với bột Mai và quế trong máy xay thực phẩm cho đến khi bạn có được một bữa ăn thô.

b) Thêm nho khô và chiết xuất vani vào và thực hiện cho đến khi mọi thứ kết lại với nhau.

c) Cuộn thành quả bóng.

d) Hoặc phục vụ ngay lập tức hoặc cho vào tủ lạnh.

e) Họ sẽ giữ trong tủ lạnh trong một vài tuần.

## 23. Bỏng ngô Mai

Thành tích: 3-4

**THÀNH PHẦN:**

**BẮP RANG BƠ:**

- 100 g/ ½ cốc hạt bỏng ngô
- 6 muỗng canh dầu dừa tan chảy

**Mai ĐỨNG HÀNG ĐẦU:**

- 2 thìa cà phê bột Mai
- 4 muỗng canh men dinh dưỡng
- ½ muỗng cà phê muối biển

**HƯỚNG DẪN**

a) Trộn men dinh dưỡng, bột chùm ngây và muối biển vào một cái bát nhỏ.

b) Bỏng ngô vào máy làm bỏng ngô hoặc trong nồi lớn với 4 thìa dầu dừa.

c) Nếu dùng nồi thì cho dầu dừa và 3 hạt vào. Đậy nắp nồi và đun nóng ở mức trung bình.

d) Khi các hạt đã nở ra, bạn lấy chúng ra khỏi nồi và cho phần hạt còn lại vào. Để chúng nổ tung trong khi lắc nồi cứ 10 giây một lần để đảm bảo chúng không bị cháy.

e) Khi tất cả các hạt đã nổ, hãy cho bắp rang vào tô lớn.

f) Rưới 2 muỗng canh dầu dừa tan chảy lên bỏng ngô. Xoay bắp rang trong bát để phủ dầu.

g) Rắc Mai lên trên bắp rang và trộn đều. Thêm muối bổ sung cho vừa ăn.

h) Thưởng thức!

## 24. Thanh quả hồ trăn rau dền Mai

Tạo thành: 9 thanh

**THÀNH PHẦN**

**LỚP VỎ:**

- ⅓ chén rau dền căng phồng
- ½ cốc quả hồ trăn đã bóc vỏ
- ½ cốc dừa nạo sấy
- ¼ thìa cà phê quế
- ¼ thìa cà phê bạch đậu khấu
- nhúm muối hồng
- 3 thìa bơ hạt bí ngô
- 3 thìa xirô phong

**LỚP Mai:**

- 1 ½ chén hạt điều, ngâm qua đêm
- 1 thìa bột chùm ngây
- 1 quả chanh, vỏ
- 1 quả chanh, nước ép
- ¼ cốc xi-rô cây phong
- 1 thìa cà phê vani
- ½ cốc sữa hạnh nhân
- 1 cốc bơ dừa
- 2 thìa dầu dừa

**HƯỚNG DẪN**

a) Chuẩn bị khuôn bánh hình vuông có đế rời.

b) Đặt quả hồ trăn đã bóc vỏ vào máy xay thực phẩm hoặc máy xay tốc độ cao và xay vài lần cho đến khi nghiền thô.

c) Thêm dừa nạo sấy, quế, bạch đậu khấu và muối vào rồi trộn đều.

d) Múc mọi thứ vào tô vừa và trộn với rau dền căng phồng.

e) Trong một bát nhỏ, trộn bơ hạt bí ngô với xi-rô cây phong rồi khuấy đều với phần còn lại của hỗn hợp để có kết cấu dính.

f) Múc hỗn hợp vỏ bánh vào khuôn, trải đều lên đế và ấn chặt xuống.

g) Đặt vào tủ lạnh.

h) Trong nồi hơi đôi nhẹ nhàng làm tan chảy bơ dừa với dầu dừa và đặt sang một bên.

i) Rửa sạch hạt điều đã ngâm dưới vòi nước rồi cho vào máy xay. Thêm bột Mai, vỏ chanh, nước trái cây, xi-rô cây thích, vani và sữa hạnh nhân rồi trộn cho đến khi mịn. Từ từ thêm bơ dừa tan chảy vào và trộn đều cho đến khi hòa quyện. Đảm bảo hỗn hợp ở nhiệt độ phòng trước khi thêm bơ dừa.

j) Đổ từng thìa lên lớp vỏ bánh và làm phẳng phần trên.

k) Cho vào ngăn đá tủ lạnh vài tiếng hoặc qua đêm cho đông lại.

l) Sau khi đặt cẩn thận, lấy ra khỏi hộp thiếc và dùng dao sắc cắt thành 9 ô vuông.

m) Rắc thêm bột Mai và quả hồ trăn nghiền nát.

## 25. Ly chùm ngây & chanh

Tạo ra: 10

**THÀNH PHẦN:**

- ½ cốc bơ dừa
- ½ chén hạt Macadamia
- ½ cốc bơ cacao
- ¼ chén dầu dừa
- ¼ cốc khuấy, dạng bột
- 1 muỗng canh vỏ chanh, bào mịn
- 1 muỗng cà phê bột Mai

**HƯỚNG DẪN:**

a) Bắt đầu bằng cách xay tất cả nguyên liệu, ngoại trừ vỏ chanh và chùm ngây, trong máy xay thực phẩm trong một phút để kết hợp tất cả.

b) Chia hỗn hợp vào hai bát. Nó nên được giảm đi một nửa càng đều càng tốt trước khi chia đôi.

c) Bột chùm ngây nên được cho vào một bát riêng. Trong một món ăn cụ thể, hãy kết hợp vỏ chanh và các nguyên liệu khác.

d) Chuẩn bị 10 cốc bánh muffin nhỏ bằng cách đổ hỗn hợp Mai vào nửa cốc rồi phủ lên trên một thìa rưỡi hỗn hợp chanh. Để qua một bên. Hãy chắc chắn rằng nó đã được để trong tủ lạnh ít nhất một giờ trước khi phục vụ.

## 26. Bánh nướng chùm ngây hạt bí ngô

Làm: 10 phần ăn

**THÀNH PHẦN**

**bánh nướng nhỏ**

- ½ chén bột dừa
- ½ chén bột sắn
- ½ chén hạt bí ngô
- 2 thìa cà phê bột Mai
- ½ muỗng cà phê baking soda
- ¼ thìa cà phê muối
- 4 quả trứng, nhiệt độ phòng
- ½ chén dầu dừa, và nhiều hơn nữa để phết khuôn bánh muffin
- ½ cốc mật ong

**PHỦ SƯƠNG GIÁ**

- ½ cốc lòng bàn tay rút ngắn, ở nhiệt độ phòng
- 2 thìa mật ong
- ½ muỗng cà phê chiết xuất vani
- Sôcôla tan chảy và hạt bí ngô để phủ lên trên

**HƯỚNG DẪN**

a) Làm nóng lò ở nhiệt độ 375°F. Bôi dầu dừa lên khuôn làm bánh nướng xốp bằng silicone hoặc lót giấy nến vào khuôn làm bánh nướng xốp.

b) Cho bột dừa, bột sắn, hạt bí ngô, bột Mai, baking soda và muối vào máy xay thực phẩm cho đến khi hạt bí được nghiền thành bột mịn.

c) Thêm trứng, dầu, mật ong và xay nhuyễn cho đến khi mịn.

d) Múc từng thìa vào khuôn silicone hoặc khuôn làm bánh muffin, sau đó cho vào lò nướng đã làm nóng trước. Giảm nhiệt xuống 350° F và nướng trong 20-25 phút hoặc cho đến khi que thử được đưa vào sạch sẽ, sau đó đặt sang một bên để nguội.

e) Để làm kem phủ, đánh bông mỡ, mật ong và vani cho đến khi mịn. Lắp túi đựng bánh ngọt bằng khớp nối và đầu, sau đó cho kem phủ vào túi bánh ngọt. Khi những chiếc bánh nướng nhỏ đã nguội, hãy phủ lớp kem phủ lên trên theo thiết kế mà bạn chọn.

f) Phủ sô cô la tan chảy và thêm hạt bí ngô lên trên. nếu muốn.

## 27. Hình vuông Sôcôla Mai & Bạc hà thô

Tạo thành 12 ô vuông

**THÀNH PHẦN:**
**CĂN CỨ:**
- 1 cốc hạnh nhân
- 2 thìa bột cacao
- 1 cốc chà là Medjool
- chút muối

**ĐIỀN BẠC HÀ:**
- 2 thìa cà phê bột Mai
- 1 ½ cốc hạt điều
- ¼ chén lá bạc hà tươi
- ¼ cốc xi-rô cây phong/xi-rô gạo/mật ong nguyên chất
- ½-¾ cốc sữa không đường
- ¼ chén dầu dừa tan chảy
- chiết xuất bạc hà, để nếm thử

**BÊN TRÊN SÔCÔLA NGUYÊN:**
- ⅓ chén dầu dừa tan chảy
- ¼ cốc bột cacao
- 2 muỗng canh xi-rô cây phong/mật ong nguyên chất
- chút muối
- ngòi cacao để trang trí

**HƯỚNG DẪN:**

a) Đối với lớp nền, trộn hạnh nhân vào máy xay thực phẩm cho đến khi bạn có bột thô. Thêm muối, bột cacao và chà là rồi trộn lại cho đến khi hỗn hợp của bạn dễ dàng dính vào nhau bằng ngón tay cái.

b) Nhấn đều vào khuôn nướng có lót giấy nến rồi đặt khuôn vào ngăn đá tủ lạnh trong khi chuẩn bị nhân.

c) Trong máy xay sinh tố hoặc máy chế biến thực phẩm công suất cao, trộn hạt điều, lá bạc hà, chất làm ngọt dạng lỏng, chùm ngây và sữa không đường cho đến khi thật mịn. Thêm dầu dừa tan chảy và trộn lại. Cuối cùng, thêm chiết xuất bạc hà, trộn lại và nếm thử. Thêm một chút nữa nếu cần thiết.

d) Đổ nhân bạc hà lên phần đế đã chuẩn bị sẵn và dùng thìa làm phẳng. Cho hộp thiếc trở lại tủ đông. Đánh đều các nguyên liệu sô-cô-la trong một tô cỡ vừa. Để trong một phút để nguội một chút.

e) Đổ nhân bạc hà lên trên, trải đều.

f) Rắc ngòi cacao và cho vào tủ đông để đông lại hoàn toàn. Cắt thành từng miếng vuông và dùng ngay hoặc để trong tủ lạnh để có kết cấu mềm hơn.

## 28. Bánh hạnh nhân Cacao, Mai & Mai

**THÀNH PHẦN:**

- ½ chén dừa vụn
- 1 muỗng canh bột Mai
- 1 muỗng canh Mai
- 3 muỗng canh hạt vừng
- 2 muỗng canh cacao nguyên chất
- nhúm muối biển
- 5 muỗng canh si-rô phong
- 4 muỗng canh dầu dừa
- 2 thìa bơ hạt điều
- 1 hạt vani hoặc 1 thìa cà phê chiết xuất vani

**LỚP CACAO:**

- 2 thìa bột Philosophie Cacao Magic

**HƯỚNG DẪN:**

a) Trộn tất cả nguyên liệu khô vào một cái bát.

b) Thêm nguyên liệu ướt vào, trộn đều cho đến khi có kết cấu đồng đều.

c) Bây giờ, bạn có hai lựa chọn: Bạn có thể ép hỗn hợp vào khay đá và để đông trong 2 giờ.

d) Sau đó, bánh Macaroons của bạn đã sẵn sàng để thưởng thức. Hãy nhớ bảo quản chúng trong tủ lạnh.

e) Nặn hỗn hợp thành những quả bóng, sau đó lăn chúng trong cacao magic và ngòi cacao để có cảm giác sô cô la tốt cho sức khỏe.

f) Để đông trong 2 giờ, sau đó cho vào hộp đậy kín để trong tủ lạnh.

## 29. Bánh nướng Halloween Mai

Tạo ra: 12

**THÀNH PHẦN:**

**ĐỐI VỚI BÁNH:**

- 4 thìa cà phê bột Mai
- 120g bột gạo
- 150g hạnh nhân xay
- 2 thìa cà phê bột nở không chứa gluten
- 170g dầu dừa đun chảy
- 150ml si-rô cây phong
- 3 quả trứng lớn
- 160ml sữa hạnh nhân không đường
- 1 muỗng cà phê chiết xuất vani

**ĐỐI VỚI VIỆC SẠC:**

- 2 thìa cà phê bột Mai
- 2 x lon nước cốt dừa đầy đủ chất béo
- 1 muỗng canh si-rô phong
- 1 muỗng cà phê chiết xuất vani
- nước ép 1 quả chanh
- 6 quả dâu tây, giảm một nửa

**HƯỚNG DẪN:**

a) Làm nóng lò nướng ở nhiệt độ 170°C và lót khay bánh cupcake 12 lỗ bằng hộp đựng bánh cupcake.

b) Để làm bánh nướng nhỏ, trộn bột gạo, hạnh nhân xay, bột nở và bột Mai vào tô trộn lớn.

c) Thêm dầu dừa, xi-rô cây thích, trứng, sữa hạnh nhân và vani vào máy xay sinh tố hoặc máy chế biến thực phẩm và xay 4 lần.

d) Đổ nguyên liệu ướt vào nguyên liệu khô và trộn kỹ. Múc đều bột vào các hộp bánh cupcake đã chuẩn bị sẵn.

e) Nướng trong lò khoảng 25 phút hoặc cho đến khi xiên hoặc dao rút ra sạch sẽ.

f) Để làm kem phủ, hãy loại bỏ lớp dày trên cùng của mỗi hộp nước cốt dừa và cho vào tô lớn. Đánh đều trong 1-2 phút cho đến khi đặc và mịn như kem. Thêm xi-rô phong, Mai, vani và nước cốt chanh trước khi đánh thêm một phút nữa.

g) Để bánh nướng nguội trong khay trong 15 phút trước khi đặt chúng lên giá làm mát.

h) Bôi hoặc phết kem lên từng chiếc bánh cupcake đã nguội và trang trí bằng dâu tây.

## 30. Bánh quy giòn Fonio & Mai

Làm 10

**THÀNH PHẦN:**

**ĐỐI VỚI BÁNH BÁNH:**

- ¾ cốc Fonio Super-Grain, trộn thành bột
- 1 thìa cà phê bột Mai
- 1 cốc hạt bí ngô
- ¾ chén hạt hướng dương
- ½ chén hạt lanh, cả hạt
- ½ chén hạt chia
- ⅓ cốc yến mạch nhanh không chứa gluten
- 2 muỗng canh hạt anh túc
- ½ muỗng cà phê muối
- ½ thìa cà phê tiêu
- ¼ thìa cà phê bột nghệ
- 2 muỗng canh dầu ô liu ớt, hoặc dầu ô liu nguyên chất
- ½ cốc nước

**ĐỐI VỚI BẢNG PHÔ MAI:**

- Quả hạch
- Hoa quả sấy khô
- Hoa quả tươi
- phô mai thuần chay

**HƯỚNG DẪN:**

a) Làm nóng lò ở 190°. Trộn tất cả các nguyên liệu khô vào một cái bát.

b) Thêm dầu ô liu và nước, trộn đều cho đến khi tạo thành bột.

c) Chia hỗn hợp thành hai phần. Lấy một nửa bột đặt vào giữa các miếng giấy da rồi cán bột dày 2-3mm.

d) Cắt thành hình dạng mong muốn và chuyển chúng lên khay nướng. Lặp lại các bước với nửa còn lại của bột. Nướng trong 20-25 phút hoặc cho đến khi các cạnh có màu vàng nâu.

e) Để nguội trong 10 phút. Ăn kèm với nhiều loại trái cây, quả hạch, pho mát và nước chấm.

## 31. Quả chùm ngây tốt cho sức khỏe

Tạo ra: 14 quả bóng năng lượng

**THÀNH PHẦN:**

- ½ cốc quả hồ trăn đã bóc vỏ
- ¾ cốc hạt điều
- 12 ngày đọ sức
- ¼ chén dừa vụn, không đường
- 2 thìa cà phê bột Mai
- 1 muỗng canh dầu dừa

**HƯỚNG DẪN:**

a) Lấy ¼ cốc quả hồ trăn và cho vào máy xay thực phẩm cho đến khi nghiền mịn. Đổ ra tô riêng và đặt sang một bên.
b) Thêm hạt điều, ¼ cốc quả hồ trăn còn lại, chà là, dừa, bột chùm ngây và dầu dừa. Trộn đều cho đến khi thái nhỏ và hỗn hợp dính.
c) Đổ hỗn hợp thành từng viên tròn, dùng tay lăn tròn.
d) Lăn những quả bóng trong quả hồ trăn xay và thư giãn trong 15 phút! Thưởng thức!

## 32. Sashimi cà chua gia truyền

Tạo ra: 6

**THÀNH PHẦN:**

- 4 muỗng canh giấm gạo
- 1 thìa cà phê đường
- 3 quả cà chua gia truyền, bỏ lõi và thái lát
- 1 quả chanh, cắt làm đôi
- 1 chén daikon cắt nhỏ
- 2 thìa cà phê muối biển
- ¼ thìa cà phê Mai

**HƯỚNG DẪN:**

a) Khuấy đều giấm gạo và đường trong nồi.
b) Đun gần sôi rồi đun nhỏ lửa trong khoảng 2 phút.
c) Hủy bỏ nhiệt và nguội hoàn toàn.
d) Chia cà chua vào 2 đĩa phục vụ.
e) Rắc ít giấm lên cà chua.
f) Đặt 1 nửa quả chanh lên mỗi mặt đĩa.
g) Đặt ½ củ cải lên trên mỗi đĩa.
h) Chia nó thành hai món ăn.
i) Vắt chanh lên cà chua.
j) Kết hợp muối biển và bột Mai.
k) Rắc hỗn hợp Mai/muối lên trên.

## 33. Quả hồ trăn & Mai hạnh phúc

Làm: 4 phần ăn

**THÀNH PHẦN:**

- 1 thìa cà phê Mai
- ½ chén hạt điều thô
- ½ chén dừa nạo sấy không đường
- 20ml thìa bột hạnh nhân
- 20ml thìa bột dừa
- 20ml thìa nước
- 20ml muỗng canh xi-rô mạch nha gạo
- 20ml muỗng canh dầu dừa nguyên chất, đun chảy
- ¼ chén hạt hồ trăn đã bóc vỏ, cắt nhỏ

**HƯỚNG DẪN:**

a) Trong máy xay thực phẩm, trộn hạt điều, dừa, bột hạnh nhân, bột dừa và bột Mai cho đến khi bạn có được kết cấu vụn mịn.

b) Thêm nước, xi-rô mạch nha gạo và dầu dừa đun chảy vào rồi trộn đều cho đến khi mọi thứ hòa quyện. Hỗn hợp phải đủ dính để dính lại với nhau, nhưng không dính đến mức bạn không thể vo thành từng viên. Nếu hỗn hợp quá dính có thể thêm một chút bột dừa vào. Nếu nó quá khô, hãy thêm một chút nước.

c) Lăn hỗn hợp thành từng quả bóng và phủ hạt hồ trăn đã cắt nhỏ vào, ấn nhẹ hạt vào các quả bóng để chúng cố định. Để các quả bóng trong tủ lạnh để đông lại. Bảo quản trong tủ lạnh trong hộp kín.

## 34. Bắp rang chanh Mai

Làm: 2 phần ăn

## THÀNH PHẦN

- 1 muỗng canh dầu dừa
- ¼ cốc hạt bỏng ngô
- 2 thìa đường
- 1 muỗng canh bơ thuần chay
- ½ muỗng cà phê nước
- 1 thìa cà phê bột Mai
- 1 muỗng cà phê vỏ chanh thái nhỏ

## HƯỚNG DẪN

a) Đun nóng dầu trong nồi hoặc chảo lớn và sâu lòng trên lửa vừa. Thêm một vài hạt bỏng ngô vào nồi và đợi chúng nổ tung.
b) Khi chúng đã nổ, cho phần bắp rang còn lại vào, khuấy đều cho dầu phủ đều rồi tắt bếp. Đợi 30-50 giây rồi đặt nồi trở lại bếp.
c) Đậy nắp lại và chờ cho hạt nổ. Khi nó bắt đầu nổ, hãy lắc nồi vài lần để đảm bảo tất cả các hạt đều chín đều. Tiếp tục nấu cho đến khi tất cả các hạt đã nổ tung. Tắt bếp và chuyển sang tô trộn lớn.
d) Thêm đường và bơ thuần chay vào một cái chảo nhỏ. Hãy thoải mái thêm một chút muối. Đun trên lửa vừa và đun sôi trong khoảng 1 phút. Thêm nước, khuấy đều và nấu thêm 20 giây nữa hoặc cho đến khi đường tan hoàn toàn.
e) Đổ bỏng ngô lên trên đồng thời khuấy đều để xi-rô phủ đều lên bắp rang. Rây bột Mai lên trên bắp rang và khuấy đều. Thêm vỏ chanh và khuấy lại.
f) Phục vụ ngay lập tức! Món bỏng ngô này ngon nhất nên dùng trong ngày nhưng bạn có thể hâm nóng lại vào ngày hôm sau trong lò nướng nóng sẵn ở nhiệt độ 350°F trong khoảng 5 phút.

## 35. Mochi chùm ngây

Làm: 6 chiếc mochi

**THÀNH PHẦN**

**KEM ĐIỀU**

- ½ chén hạt điều sống ngâm qua đêm
- ½ cốc nước

**Mai ĐIỀN**

- 50g bơ cacao
- 45 g đường bột
- 1 muỗng cà phê bột Mai sử dụng loại nghi lễ để có hương vị tốt nhất
- 2 thìa kem hạt điều
- ¼ thìa cà phê chiết xuất vani

**BỘT MOCHI**

- ½ chén bột gạo ngọt
- 2 muỗng canh đường trắng
- 6 muỗng canh sữa hạnh nhân hoặc sữa thực vật khác
- 1 và ½ muỗng cà phê dầu
- ¼ thìa cà phê bột chùm ngây

**HƯỚNG DẪN**

**KEM ĐIỀU**

a) Xả hạt điều và cho chúng cùng với nước vào máy xay tốc độ cao. Trộn ở tốc độ cao trong 30-50 giây hoặc cho đến khi mịn. Chuyển sang một cái bát và đặt sang một bên.

**Mai ĐIỀN**

b) Đun chảy bơ cacao trong chảo nhỏ. Hủy bỏ nhiệt ngay khi nó tan chảy. Bơ cacao không được nóng. Nếu quá nóng, hãy để nguội trong vài phút hoặc cho đến khi nhiệt độ phòng.

c) Chuyển bơ cacao tan chảy vào một cái bát nhỏ. Thêm đường bột, Mai, kem hạt điều và vani.

d) Đánh cho đến khi hòa quyện hoàn toàn và tiếp tục đánh trong 2-3 phút hoặc cho đến khi hỗn hợp hơi đặc lại.

e)

f) Chuyển vào tủ lạnh và làm lạnh trong khoảng 2 giờ hoặc cho đến khi đông lại.

g) bột bánh mochi

h) Trong một bát nhỏ, trộn đều bột gạo ngọt, đường trắng, sữa hạnh nhân, dầu và bột Mai.

i) Đun sôi một nồi nước rồi đặt một chiếc xửng hấp bằng tre lên trên.

j) Chuyển hỗn hợp vào một hộp đựng vừa với nồi hấp bằng tre của bạn.

k) Đậy nắp và hấp trong 20 phút. Đang hấp được nửa chừng, dùng thìa khuấy đều.

l) Sau 20 phút, để bột nguội trong 15-20 phút hoặc cho đến khi ấm. Chuyển sang tô và dùng thìa gỗ khuấy đều cho đến khi bột mịn.

m) Bọc bột nếp trong màng bọc thực phẩm và để trong tủ lạnh khoảng 45 phút.

n) Để tạo hình: Múc 1,5 thìa cà phê nhân Mai và cẩn thận vo thành từng viên, đặt sang một bên. Phủi bụi lên bề mặt làm việc bằng bột ngô. Lấy một lượng nhỏ bột mochi và ấn dẹt thành hình tròn trên bề mặt đã phủ bụi.

o) Đặt viên tròn nhân vào giữa miếng bột rồi quấn bột xung quanh phần nhân. Chụm các cạnh để bịt kín. Chuyển sang đĩa có mặt đậy kín úp xuống. Lặp lại với phần nhân và bột còn lại.

p) Thưởng thức ngay lập tức hoặc để trong tủ lạnh trong vài giờ. Mochi ngon nhất nên dùng trong ngày nhưng có thể bảo quản được tối đa 3 ngày trong tủ lạnh.

## 36. Sôcôla Mai với Macadamia

Làm: 2 phần ăn

**THÀNH PHẦN:**

- 10g bơ cacao
- 3 muỗng canh dầu dừa đặc
- 2 thìa cà phê bột Mai
- 1 thìa cà phê bột cacao nguyên chất
- 2,5 muỗng canh chất ngọt dạng lỏng
- một chút chiết xuất vani
- nhúm muối biển
- 1 thìa cà phê vỏ chanh
- Topping tự chọn. Tôi đã chọn hạt macadamia, pepitas và quả goji.

**HƯỚNG DẪN:**

a) Lót giấy nướng vào chảo.
b) Cho bơ cacao vào tô và đặt tô lên trên một nồi nước sôi nhỏ.
c) Đun chảy bơ cacao và thêm dầu dừa.
d) Để tan chảy và khuấy bằng thìa gỗ hoặc silicone.
e) Thêm bột Mai và cacao vào và khuấy đều.
f) Thêm vani, muối biển và chất làm ngọt tùy chọn rồi khuấy đều cho đến khi mọi thứ hòa quyện.
g) Lấy bát ra khỏi bếp và tiếp tục khuấy từ từ cho đến khi sô-cô-la bắt đầu hơi đông lại.
h) Thêm vỏ chanh và tiếp tục khuấy để phân phối đều.
i) Đổ sô cô la vào chảo đã chuẩn bị sẵn và thêm lớp phủ bên trên.
j) Đặt trong tủ lạnh và để nó đông cứng hoàn toàn.

## 37. Mochi đậu phộng Mai

**THÀNH PHẦN:**

**MOCHI:**

- 300g bột nếp
- 50g tinh bột mì
- 75g đường bột
- 1 ½ muỗng canh dầu
- 450ml nước
- ½ muỗng cà phê bột Mai

**ĐẬU PHƯƠNG:**

- 300g đậu phộng rang xay
- 100g đường bột
- ¼ thìa cà phê muối

**BỘT CHO SƠN & BẨN:**

- 200g bột gạo, chiên trong 20 phút ở lửa vừa.

**HƯỚNG DẪN:**

a) Trộn tất cả các thành phần mochi cho đến khi kết hợp tốt. Lọc và đổ vào khay hấp đã phết dầu rồi hấp trên lửa vừa trong 25 phút.

b) Khi hỗn hợp bột gạo đủ nguội để cầm, cạo nó ra bề mặt làm việc và rắc nhẹ bột mì.

c) Chia bột nấu thành từng phần nhỏ, mỗi phần khoảng 35-40g, dùng dao sắc quét bột mì.

d) Làm từng miếng một và phủ bột mì lên tay để chống dính, cuộn từng miếng thành một quả bóng.

e) Ấn dẹt quả bóng rồi dùng tay vo thành hình tròn có đường kính 8 cm.

f) Trộn tất cả các nguyên liệu làm nhân, sau đó đặt một thìa nhân vào giữa viên tròn sau đó đưa các mép bao bọc phần nhân, ghim thật kỹ để bịt kín.

g) Nhẹ nhàng cuộn lại thành hình tròn, ấn nhẹ phần trên cho dẹt một chút.

h) Phủ Mochi bằng bột mì để làm phẳng bề mặt.

i) Mochi sẽ được bảo quản trong hộp kín tối đa 2 ngày.

## 38. Bánh nướng xốp Mai việt quất

**THÀNH PHẦN**

**ƯỚT:**

- ½ cốc chùm ngây
- 1 thìa cà phê vỏ chanh
- ½ cốc sữa nguyên chất, ấm
- 1 que bơ không muối, đun chảy
- 2 quả trứng

**KHÔ:**

- 2-½ chén bột mì đa dụng không chứa gluten
- 2 thìa cà phê bột nở
- ¼ muỗng cà phê baking soda
- 1 chén đường cát trắng
- 1 thìa cà phê muối Kosher
- 1 cốc quả việt quất tươi

**HƯỚNG DẪN:**

a) Làm nóng lò nướng của bạn ở nhiệt độ 350 độ.

b) Trong máy xay sinh tố. thêm tất cả các nguyên liệu ướt và để yên trong mười phút, sau đó trộn cho đến khi mịn.

c) Hỗn hợp sẽ chuyển sang màu chàm từ chùm ngây và trông hơi đặc do bơ tan chảy. Để nó bên cạnh.

d) Trong một tô lớn, thêm bột mì không chứa gluten, bột nở, baking soda, đường và muối kosher vào rồi trộn đều.

e) Dành một phần tư cốc hỗn hợp khô và trộn quả việt quất cho đến khi phủ đều, đặt chúng sang một bên. Điều này sẽ hấp thụ bất kỳ độ ẩm dư thừa nào và ngăn chúng làm thay đổi độ đặc của bột.

f) Trong khi đó, trong một tô lớn, dùng thìa khuấy đều nguyên liệu ướt với nguyên liệu khô. Hỗn hợp sẽ có màu xanh lam khác nhau và điều đó không sao cả. Sau khi bột đã hòa quyện, rắc quả việt quất vào, sau đó gấp chúng lại một cách nhẹ nhàng.

g) Lắp hộp bánh nướng xốp nhỏ của bạn với lớp lót bánh nướng xốp.

h) Dùng thìa múc đầy ¾ khuôn bánh muffin nhỏ.

i) Nướng bánh nướng xốp trong 10 phút hoặc cho đến khi cắm tăm vào và thấy tăm sạch.

## 39. Thanh Granola Mai

Làm: 4 phần ăn

**THÀNH PHẦN:**

- 2 chén yến mạch cán, không chứa gluten nếu muốn
- 1 cốc Pepitas
- 1 ½ chén ngũ cốc gạo phồng không đường
- ½ chén trái cây khô, xắt nhỏ
- ¼ thìa cà phê muối biển
- 1½ thìa bột chùm ngây
- ⅓ cốc si-rô gạo lứt
- 3 muỗng canh si-rô phong
- ½ cốc tahini
- 2 muỗng canh dầu dừa
- 1 muỗng cà phê chiết xuất vani

**HƯỚNG DẪN:**

a) Làm nóng lò ở nhiệt độ 325°F/160°C.

b) Trộn yến mạch và pepitas trên khay nướng và nướng trong 10-15 phút, khuấy một hoặc hai lần cho đến khi yến mạch vàng và có mùi thơm hạt dẻ.

c) Trong một cái chảo nhỏ, trộn xi-rô gạo lứt, xi-rô cây phong, tahini, dầu dừa và vani.

d) Đánh đều để kết hợp. Đừng quá nóng.

e) Trong một tô lớn, trộn yến mạch đã nguội và hạt bí ngô với trái cây sấy khô cắt nhỏ, bánh gạo, muối và bột Mai.

f) Đổ nguyên liệu ướt lên trên nguyên liệu khô và khuấy nhanh để trộn.

g) Đổ hỗn hợp vào khuôn bánh hạnh nhân có lót màng bọc thực phẩm hoặc giấy nướng bánh. Nhấn mạnh hỗn hợp, đặc biệt là vào các góc.

h) Cho vào tủ lạnh vài tiếng cho cứng lại thì lấy ra khỏi tủ lạnh và cắt thành từng thanh. Giữ thức ăn thừa trong tủ lạnh trong hai tuần.

## 40. Bắp ngô Mai Yuzu

Làm: 2 phần ăn

**THÀNH PHẦN**

- 1 muỗng canh dầu dừa
- ¼ cốc hạt bỏng ngô
- 2 thìa đường
- 1 muỗng canh bơ thuần chay
- ½ muỗng cà phê nước
- 1 thìa cà phê bột Mai
- 1 thìa cà phê vỏ và nước ép yuzu thái nhỏ

**HƯỚNG DẪN**

g) Đun nóng dầu trong nồi hoặc chảo lớn và sâu lòng trên lửa vừa.

h) Thêm một vài hạt bỏng ngô vào nồi và đợi chúng nổ tung.

i) Khi chúng đã nổ, cho phần bắp rang còn lại vào, khuấy đều cho dầu phủ đều rồi tắt bếp. Đợi 30-50 giây rồi đặt nồi trở lại bếp.

j) Đậy nắp lại và chờ cho hạt nổ. Khi nó bắt đầu nổ, hãy lắc nồi vài lần để đảm bảo tất cả các hạt đều chín đều. Tiếp tục nấu cho đến khi tất cả các hạt đã nổ tung. Tắt bếp và chuyển sang tô trộn lớn.

k) Thêm đường và bơ thuần chay vào một cái chảo nhỏ. Hãy thoải mái thêm một chút muối. Đun trên lửa vừa và đun sôi trong khoảng 1 phút. Thêm nước, khuấy đều và nấu thêm 20 giây nữa hoặc cho đến khi đường tan hoàn toàn.

l) Đổ bỏng ngô lên trên đồng thời khuấy đều để xi-rô phủ đều lên bắp rang.

m) Rây chùm ngây lên trên bắp rang và khuấy đều. Thêm vỏ yuzu và nước ép vào rồi khuấy lại.

n) Phục vụ ngay lập tức.

## 41. Lưỡi liềm hạnh nhân Mai

Làm: 3 tá bánh quy

**THÀNH PHẦN**

**BỘT Mai:**

- ½ cốc bơ thuần chay
- ½ cốc bơ hạnh nhân mịn
- ⅔ Cốc đường cát
- 3 thìa sữa chua vani thuần chay
- 1 muỗng canh bột trà Mai
- 1 muỗng cà phê chiết xuất vani
- ½ muỗng cà phê chiết xuất hạnh nhân
- 2 cốc bột mì đa dụng
- 1 chén bột hạnh nhân chần
- ¼ thìa cà phê muối

**KÊT THUC:**

- ½ Đường bánh kẹo

**HƯỚNG DẪN**

a) Sử dụng máy trộn đứng có lắp phụ kiện cánh khuấy, trộn bơ, bơ hạnh nhân, đường, sữa chua, chùm ngây xanh, vani và chiết xuất hạnh nhân. Trộn cho đến khi hoàn toàn đồng nhất, nhẹ và mịn.

b) Trong một bát riêng, trộn cả bột và muối. Thêm dần các nguyên liệu khô bằng động cơ ở tốc độ thấp nhất có thể cho đến khi hòa quyện hoàn toàn. Tạm dừng để cạo các cạnh của bát nếu cần.

c) Múc từng viên bột nhỏ cho mỗi chiếc bánh quy và lăn giữa hai bàn tay đã làm ẩm nhẹ để tạo thành hình trụ. Nhấn nhẹ vào hai đầu bên ngoài để biến chúng thành những chiếc sừng nhọn hơn và uốn cong thành hình lưỡi liềm.

d) Đặt cách nhau khoảng 1 inch trên các khay nướng không phết dầu mỡ và nướng trong 22 - 26 phút hoặc cho đến khi mặt bánh và mặt dưới có màu nâu nhạt. Để yên khoảng 2 - 3 phút trước khi lấy ra giá lưới cho nguội hoàn toàn.

e) Trộn với đường bánh kẹo để phủ. Phục vụ hoặc bảo quản trong tủ đông tối đa 3 tháng.

# MÓN CHÍNH

## 42. Cà ri dừa đậu lăng Mai

Làm: 4 phần ăn

**THÀNH PHẦN:**

- 2 thìa cà phê bột Mai
- 1 ⅓ chén đậu lăng đỏ
- 1 củ hành đỏ
- 3 tép tỏi
- 1 củ gừng
- 1 thìa cà phê bột cà ri
- 1 thìa cà phê bột nghệ
- 1 thìa cà phê hạt thì là
- 3 quả bạch đậu khấu, nghiền nát
- 1 lon nước cốt dừa
- 2 chén nước dùng rau
- 2 nắm rau bina lớn

**HƯỚNG DẪN:**

a) Đun nóng dầu ô liu trong chảo rán trên lửa vừa. Thêm hành, tỏi và gừng vào xào trong vài phút cho đến khi mềm. Thêm tất cả các loại gia vị và nấu thêm vài phút nữa.

b) Thêm đậu lăng và nước luộc rau. Đun sôi, sau đó giảm nhiệt và đun nhỏ lửa trong năm phút.

c) Thêm nước cốt dừa và nêm muối và hạt tiêu. Nấu thêm 15-20 phút nữa, khuấy đều cho đến khi đậu lăng chín. Tắt bếp và cho rau chân vịt và bột chùm ngây vào khuấy đều.

# 43. Rau bina & Mai Dhal

Tạo ra: 2

**THÀNH PHẦN:**

- 2 muỗng cà phê bột Mai
- 2 thìa cà phê bơ sữa trâu
- 1 củ hành tây, thái nhỏ
- 2 tép tỏi nhỏ, thái nhỏ
- 1 chén đậu lăng đỏ
- 1 lon kem dừa
- 500 ml nước luộc rau tươi
- 300g rau chân vịt
- 2 thìa cà phê thì là xay
- 1 thìa cà phê bột nghệ
- 1 thìa cà phê gừng xay
- 1 thìa cà phê rau mùi đất
- Một nhúm lá cà ri
- ½ quả ớt khô
- Một bó rau mùi thái nhỏ, tách lá và xé nhỏ
- Muối và hạt tiêu cho vừa ăn

**PHỤC VỤ:**

- Sữa chua dừa
- Phương pháp:

**HƯỚNG DẪN:**

a) Đun nóng ghee trong một cái chảo lớn. Thêm hành tây và đun khoảng 5 phút hoặc cho đến khi hành mềm

b) Thêm tỏi và cọng rau mùi vào nấu trong 1 phút. Thêm thì là, nghệ, gừng, rau mùi xay, lá cà ri và ớt bột, khuấy đều và để nấu thêm một phút.

c) Khuấy đậu lăng và nấu trong 1 phút. Thêm hộp nước cốt dừa và nước luộc rau vào rồi đun sôi. Giảm nhiệt và để sôi trong khoảng. 10 phút.

d) Cho lá rau bina vào và đun nhỏ lửa trong khoảng. Khoảng 40 phút, thỉnh thoảng khuấy để đậu không bị dính và thêm nước nóng nếu cần.

e) Khuấy bột Mai 5 phút trước khi kết thúc thời gian nấu.

f) Thêm muối và tiêu. Khi đậu lăng đã mềm và có độ sệt sệt như kem, bạn tắt bếp và khuấy đều lá rau mùi, để lại một ít để trang trí.

g) Dọn ra bát với rắc lá rau mùi và thêm một ít sữa chua dừa hoặc dùng kèm.

## 44. Cá hồi luộc với Salsa thảo mộc xanh

Làm: 4 phần ăn

**THÀNH PHẦN:**

- 3 cốc nước
- bột chùm ngây
- 2 phi lê cá hồi lớn
- 4 muỗng canh dầu ô liu nguyên chất
- 3 muỗng canh nước cốt chanh, mới vắt
- 2 muỗng canh rau mùi tây, mới cắt nhỏ
- 2 muỗng canh húng quế, mới cắt nhỏ
- 2 muỗng canh oregano, mới cắt nhỏ
- 2 muỗng canh hẹ châu Á, mới cắt nhỏ
- 2 thìa cà phê lá húng tây
- 2 thìa cà phê tỏi, băm nhỏ

**HƯỚNG DẪN:**

a) Đun sôi nước trong nồi lớn. Thêm chùm ngây vào, sau đó tắt bếp.

b) Để yên trong 3 phút rồi sàng.

c) Thêm cá hồi và giảm nhiệt.

d) Luộc phi lê cá hồi cho đến khi chúng trở nên đục ở phần giữa. Nấu cá hồi trong 5-8 phút hoặc cho đến khi chín hoàn toàn.

e) Lấy cá hồi ra khỏi nồi và đặt sang một bên.

f) Cho tất cả các loại thảo mộc mới cắt nhỏ, dầu ô liu và nước cốt chanh vào máy xay sinh tố hoặc máy chế biến thực phẩm. Trộn đều cho đến khi hỗn hợp tạo thành hỗn hợp sệt. Nêm bột với muối và hạt tiêu. Bạn có thể điều chỉnh gia vị khi cần thiết.

g) Bày cá hồi luộc lên một đĩa lớn và phủ lên trên một lớp bột thảo mộc tươi.

## 45. Nước luộc chùm ngây và nấm với miso

Làm: 2 phần ăn

**THÀNH PHẦN:**

- bột chùm ngây
- 3 cốc nước sôi hoặc nước luộc rau
- 1 muỗng cà phê dầu ô liu
- ½ muỗng cà phê dầu mè
- ¼ chén hành tây; thái hạt lựu
- ½ pound Nấm trắng; xắt lát mỏng
- ¼ cốc cà rốt; cắt nhỏ
- 1 cây sả 2 inch; hoặc vỏ chanh
- 1 tép tỏi lớn; băm nhỏ
- 1 muỗng canh Miso; bọc trong nhựa
- Muối và tiêu; nếm thử

**HƯỚNG DẪN:**

a) Ngâm chùm ngây trong nước hoặc kho cho đến khi ủ, khoảng 4 phút. Sàng.

b) Đun nóng chảo nặng 1 qt cho đến khi ấm trên lửa vừa. Thêm dầu ô liu và dầu mè. Ngay lập tức thêm hành tây, nấm, cà rốt, sả hoặc vỏ chanh và tỏi. Nấu trong 4-5 phút. Thêm trà; đun nhỏ lửa trong 5 phút. Đổ vào phích nước.

c) Khi ăn, hãy mở gói miso và cho vào phích. Che và lắc nhẹ. Làm: 1 khẩu phần lớn hoặc hai khẩu phần 1 cốc.

## 46. Cà ri gà chùm ngây với chanh

Làm: 4 phần ăn

**THÀNH PHẦN**

- 2 muỗng canh rau mùi, hạt cộng với 1 bó lớn, xắt nhỏ
- 1 thìa thì là, hạt
- 1 ½ thìa cà phê Mai
- 1 nhúm hạt nhục đậu khấu mới xay
- 6 tép tỏi, xắt nhỏ
- 5 củ hẹ, xắt nhỏ
- 8 quả ớt xanh, bỏ hạt và cắt nhỏ
- 125 g riềng, cắt nhỏ
- 2 cọng sả, bỏ lá ngoài, cắt nhỏ cuống bên trong
- 4 lá chanh Kaffir, cắt nhỏ
- 2 thìa canh mắm tôm
- 1 quả chanh, ép lấy nước
- 4 muỗng canh dầu lạc
- 2 ức gà không da, thái lát
- 400 ml nước luộc gà
- 400ml nước cốt dừa
- 250 g Mangetout, thái lát mỏng
- 4 Bok Choy nhỏ, xắt nhỏ
- Muối
- Tiêu đen, mới xay
- nhánh rau mùi
- 2 quả chanh, cắt thành từng múi
- 1 muỗng canh hạt tiêu đen, nghiền nát

**HƯỚNG DẪN:**

a) Cách làm món cà ri gà Mai cay với chanh

b) Nướng rau mùi và hạt thì là trong chảo rán khô đặt trên lửa vừa cho đến khi có mùi thơm.

c) Cho vào máy xay gia vị, thêm bột Mai và xay cho đến khi mịn và thành bột.

d) Cho nó vào máy xay sinh tố hoặc máy chế biến thực phẩm.

e) Thêm hạt nhục đậu khấu, tỏi, hẹ tây, rau mùi, ớt, riềng, sả, kaffir, lá chanh, mắm tôm và nước cốt chanh.

f) Trộn ở tốc độ cao cho đến khi mịn và giống như bột nhão.

g) Đun nóng 2 muỗng canh dầu trong chảo lớn đặt trên lửa vừa phải.

h) Nêm gà với muối và hạt tiêu trước khi cho vào chảo và xào cho đến khi vàng, khoảng 3-4 phút.

i) Chuyển sang đĩa.

j) Thêm lượng dầu còn lại rồi cho bột vào, chiên thường xuyên cho đến khi bắt đầu sẫm màu, khoảng 4-5 phút.

k) Cho nước kho và nước cốt dừa vào đun sôi.

l) Cho gà vào nước sốt, đậy nắp một phần và nấu trên lửa nhỏ cho đến khi chín trong khoảng 6-8 phút.

m) Thêm măng cụt và pak choi vào cà ri và nấu thêm 3-4 phút cho đến khi mềm.

n) Nêm cà ri với muối và hạt tiêu cho vừa ăn.

o) Phục vụ món cà ri gà Mai trên chảo với một ít nhánh rau mùi, vài lát chanh và rắc hạt tiêu đen nghiền nát.

## 47. Gỏi cơm xoài gà hun khói

Làm: 4 phần ăn

**THÀNH PHẦN**

**GÀ HÚT Mai**

- 3 ức gà còn da
- 50g muối biển thô
- 2 thìa Mai
- 50g mật ong
- ½ thìa hạt tiêu đen, xay nhuyễn
- 1l nước sôi
- 50 g gạo, loại nào cũng được
- 30g đường bột
- 20g đường nâu nhạt

**XA LÁT**

- 150g gạo lứt
- 200g đậu xanh, gọt vỏ và cắt thành từng đoạn dài 5cm
- 2 quả xoài vừa chín tới
- 4 thìa bạc hà tươi, xắt nhỏ
- 4 thìa rau mùi tươi, cắt nhỏ, cộng thêm để trang trí
- 2 quả ớt đỏ, bỏ hạt và thái nhỏ
- chanh, cắt thành nêm để phục vụ

**CÁCH ĂN MẶC**

- 3 muỗng canh giấm gạo
- 1 quả chanh, gọt vỏ và ép lấy nước
- 3 muỗng canh dầu lạc hoặc dầu hạt cải
- 1 muỗng canh gừng, nạo
- 1 tép tỏi, nghiền nát
- 1 muỗng cà phê nước mắm
- 2 thìa cà phê mật ong

**HƯỚNG DẪN:**

a) Trộn nước sôi, muối biển, 1 thìa chùm ngây, mật ong và hạt tiêu vào tô và đánh đều cho đến khi mọi thứ tan hết. Để nguội hoàn toàn

b) Đặt ức gà vào một cái đĩa nông không phản ứng và dùng dao sắc đâm vào mỗi ức vài lần. Đổ nước muối và cho vào tủ lạnh trong 3 giờ

c) Lấy gà ra khỏi nước muối và loại bỏ nước muối. Rửa sạch ức gà một thời gian ngắn sau đó đặt chúng vào đĩa và để trong tủ lạnh, không đậy nắp trong 4–8 giờ.

d) Chuẩn bị một chiếc máy hút khói bằng cách đặt cơm, đường và Mai còn lại xuống đáy khay. Bật nhiệt lên

e) Khi những làn khói bắt đầu xuất hiện, đặt ức gà lên giá ở giữa, đậy nắp và hun khói trong khoảng 35 phút ở lửa vừa thấp. Kiểm tra xem chúng đã chín chưa bằng cách cắt vào giữa – nước phải trong và không có thịt màu hồng

f) Đối với món salad, nấu gạo lứt trong chảo nước sôi lớn trong khoảng 25 phút hoặc cho đến khi vừa chín tới. Xả và để nguội

g) Luộc đậu xanh trong nước sôi khoảng 3 phút rồi rửa sạch bằng nước mát. Xả và để nguội.

h) Gọt vỏ xoài và cắt thịt ra khỏi đá. Cắt nó thành lát mỏng và cho vào tô lớn. Thêm bạc hà, rau mùi, ớt, đậu xanh và gạo lứt. Quăng cùng nhau

i) Trộn đều các nguyên liệu làm nước sốt. Nếm thử và kiểm tra gia vị - bạn có thể muốn thêm một chút giấm, nước cốt chanh hoặc mật ong. Trộn với hỗn hợp cơm

j) Chia cơm salad vào bốn đĩa hoặc bát. Cắt ức gà hun khói và bày lên trên món salad cơm xoài. Trang trí thêm lá rau mùi và chanh.

## 48. Sườn cừu hun khói sốt miso

Tạo ra: 4

**THÀNH PHẦN**

- 8 miếng sườn cừu nạc

**ĐỐI VỚI MÓN Ướp:**

- ½ củ hành đỏ, gọt vỏ và thái nhỏ
- 2 tép tỏi, bóc vỏ và thái nhỏ
- Gừng tươi 5 cm, gọt vỏ và thái nhỏ
- 1 quả ớt đỏ, bỏ hạt và cắt nhỏ
- 1 muỗng canh giấm rượu gạo hoặc giấm sherry

**ĐỐI VỚI MÓN HÚT KHÓI:**

- 8 muỗng canh khoai tây chiên hảo hạng
- 5 thìa cơm khô chưa nấu chín
- 2 muỗng canh lá Mai

**ĐỐI VỚI SỐT MISO HÀN QUỐC VÀ TRẮNG:**

- 100g Gochujang đã chuẩn bị
- 2 muỗng canh giấm gạo
- 1 muỗng canh đường bột
- 2 muỗng cà phê tương miso trắng
- 1 lòng đỏ trứng
- Rau mùi tươi cắt nhỏ và ớt đỏ để trang trí

**HƯỚNG DẪN:**

a) Để chuẩn bị nước xốt; trong một cái bát nông lớn trộn tất cả các nguyên liệu lại với nhau.

b) Thêm sườn, đậy nắp và ướp trong 2 giờ trong tủ lạnh hoặc nếu thời gian cho phép qua đêm.

c) Đun nóng chảo hoặc chảo lớn cho đến khi nóng rồi cho dăm gỗ vào. Sau khi hút thuốc, thêm gạo khô. Đun nóng trong 2-3 phút sau đó thêm Mai.

d) Đặt các miếng sườn vào nồi hấp bằng tre, đậy nắp lại và đặt chúng lên trên hỗn hợp hun khói. Hút thuốc trong 3-4 phút.

e) Để chuẩn bị nhúng; trong một cái chảo nhỏ, trộn Gochujang, giấm gạo, đường bột và miso với nhau. Nấu nhẹ nhàng trên lửa nhỏ, thỉnh thoảng khuấy đều. Tắt bếp và cho lòng đỏ trứng vào đánh đều. Đặt sang một bên để nguội.

f) Nấu sườn dưới vỉ nướng vừa phải đã được làm nóng trước hoặc thịt nướng đã chuẩn bị sẵn trong 2-3 phút mỗi mặt.

g) Dùng sườn trang trí với lá rau mùi tươi, ớt thái nhỏ và nước chấm.

## 49. Cá tuyết hấp Mai

Làm: 4 phần ăn

**THÀNH PHẦN**

- 2 chén khoai lang gọt vỏ thái hạt lựu
- 1 pound cá tuyết, cắt thành 4 miếng
- 2 thìa cà phê bột Mai
- 4 muỗng canh bơ không muối
- 8 nhánh húng tây tươi
- 4 lát chanh tươi
- 1 thìa cà phê muối kosher

**HƯỚNG DẪN:**

a) Làm nóng lò ở nhiệt độ 425 độ F. Lấy 4 tờ giấy da, mỗi tờ khoảng 12 x 16 inch, làm đôi rồi mở ra để tạo nếp gấp.

b) Đặt một đống dải khoai lang ở một bên của mỗi miếng giấy da và đặt một miếng cá tuyết lên trên mỗi miếng.

c) Rắc lên mỗi miếng cá 1 thìa cà phê Mai, sau đó phủ lên mỗi miếng 1 thìa bơ, 2 nhánh húng tây và một lát chanh; Mùa muối.

d) Gấp giấy da lại để bao bọc phần nhân và uốn các cạnh để bịt kín và tạo thành một gói hình lưỡi liềm.

e) Chuyển sang khay nướng và nướng trong 20 phút. Lấy các gói ra khỏi lò và để chúng nghỉ trong 5 đến 10 phút trước khi mở.

# SỐT VÀ PESTOS

## 50. Bột Mai Sốt Pesto

Làm: 32 phần ăn

**THÀNH PHẦN**

- 1 muỗng canh bột Mai
- 1 chén lá húng quế tươi
- ½ chén rau chân vịt tươi
- ½ chén lá mùi tây tươi phẳng
- 1 tép tỏi lớn
- 3 ½ muỗng canh hạt thông hoặc hạnh nhân
- ½ cốc phô mai parmesan bào mịn
- vỏ của một quả chanh
- 1–¼ chén dầu ô liu nguyên chất
- nhúm muối
- nhúm hạt tiêu đen

**HƯỚNG DẪN**

a) Thêm Mai, húng quế, rau bina, rau mùi tây, tỏi, các loại hạt, vỏ chanh, muối và hạt tiêu vào máy xay thực phẩm hoặc máy xay sinh tố và trộn thành hỗn hợp sệt.

b) Thêm phô mai và mạch trong khi rưới dầu.

## 51. Mai guacamole

**THÀNH PHẦN**

- 2-4 thìa cà phê bột chùm ngây
- 3 quả bơ chín
- 1 củ hành đỏ nhỏ, thái nhỏ
- Một nắm cà chua bi rửa sạch, thái nhỏ
- 3 nhánh rau mùi rửa sạch, thái nhỏ
- Dầu ô liu nguyên chất, để nhỏ giọt
- Nước ép 1 quả chanh
- Gia vị: muối, tiêu, lá oregano khô, ớt bột và hạt rau mùi nghiền

**HƯỚNG DẪN:**

a) Cắt đôi, đá và cắt nhỏ quả bơ. Để lại một ít bơ cắt nhỏ sang một bên.

b) Đổ các nguyên liệu còn lại vào tô lớn rồi dùng nĩa nghiền nhuyễn guacamole rồi khuấy đều.

c) Cho phần bơ còn lại vào và rắc một ít lá rau mùi lên trên.

## 52. Mai và củ cải đường hummus

**THÀNH PHẦN**

- ½ muỗng cà phê bột Mai
- 400g đậu xanh, để ráo nước và rửa sạch
- 250g củ cải luộc
- 1 tép tỏi
- 2 muỗng canh tahini
- 2 thìa cà phê thì là xay
- 100ml dầu ô liu nguyên chất
- Nước ép chanh
- Muối để nếm

**HƯỚNG DẪN:**

a) Thêm tất cả nguyên liệu trừ đậu xanh vào máy xay/máy chế biến thực phẩm. Trộn cho đến khi mịn.

b) Thêm đậu xanh và trộn lại cho đến khi mịn và ngon!

# 53. Sốt chùm ngây

Thành phần:

1 chén lá Mai, xắt nhỏ
1 củ hành tây nhỏ, thái nhỏ
2 tép tỏi, băm nhỏ
1 muỗng canh dầu ô liu
1 muỗng cà phê gừng xay
1 muỗng cà phê thì là
1 muỗng cà phê rau mùi đất
1 muỗng cà phê muối
1/2 muỗng cà phê tiêu đen
1/2 chén nước luộc rau
Nước cốt 1/2 quả chanh
Hướng:

Trong một cái chảo nhỏ, đun nóng dầu ô liu trên lửa vừa.
Thêm hành tây xắt nhỏ và tỏi băm vào, nấu cho đến khi hành tây trong suốt, khoảng 3-4 phút.
Thêm lá Mai cắt nhỏ, gừng xay, thì là, rau mùi xay, muối và hạt tiêu đen vào nồi. Khuấy đều và nấu trong 1-2 phút.
Thêm nước luộc rau và đun sôi.
Giảm nhiệt xuống thấp và đun nhỏ lửa trong vòng 10-15 phút, cho đến khi lá chùm ngây mềm và nước sốt đặc lại.
Tắt bếp và để nguội một chút.
Sử dụng máy xay ngâm hoặc máy xay thông thường, trộn nước sốt cho đến khi mịn.
Khuấy nước cốt chanh và điều chỉnh gia vị cho vừa ăn.
Phục vụ ấm hoặc ở nhiệt độ phòng với món ăn yêu thích của bạn.

# MÓN TRÁNG MIỆNG

## 54. Kem Wasabi & Dưa Leo

Thành tích: 4-8

**THÀNH PHẦN:**

- 1 lon nước cốt dừa đầy đủ chất béo
- 2 thìa đường tùy thích
- 1 quả dưa chuột, thái hạt lựu nhỏ
- ½ quả chanh, nước cốt
- 1 thìa cà phê Mai
- 1–2 thìa bột wasabi

**HƯỚNG DẪN:**

a) Kết hợp Mai, nước cốt dừa, đường, nước cốt chanh, mù tạt và dưa chuột.

b) Nếu bạn có máy làm kem, chỉ cần thêm hỗn hợp vào đó và tiến hành theo chỉ dẫn của nhà sản xuất.

c) Hoặc đơn giản là cho nguyên liệu vào hộp đựng an toàn trong tủ đông và đông lạnh.

d) Khuấy hỗn hợp bằng nĩa mỗi giờ cho đến khi gần như cứng lại.

## 55. Bánh Mai & Dâu

**THÀNH PHẦN:**

- 190 gram bột mì đa dụng
- 10 gram bột chùm ngây
- 15 gram bột năng
- 1 thìa cà phê bột nở không chứa nhôm
- 1/2 thìa cà phê baking soda
- 100 gram đường
- 1 cốc sữa đậu nành hoặc lựa chọn sữa thực vật
- 70 gram dầu trung tính
- 1 muỗng canh giấm trắng
- kem thuần chay
- Dâu tây hoặc quả mâm xôi, cắt lát để trang trí

**HƯỚNG DẪN:**

a) Làm nóng lò ở nhiệt độ 375°F.

b) Lót một hộp thiếc bằng giấy da.

c) Trong một tô lớn, từ từ đánh sữa vào dầu ô liu. Tiếp tục đánh cho đến khi hỗn hợp được nhũ hóa. Thêm đường và trộn đều.

d) Trong cùng một bát, thêm các nguyên liệu khô đã rây vào và trộn cho đến khi hòa quyện. Thêm giấm trắng và trộn đều.

e) Đổ bột vào khuôn đã chuẩn bị sẵn.

f) Nướng trong khoảng 20-25 phút hoặc cho đến khi tăm rút ra sạch. Để nguội hoàn toàn trước khi trang trí.

g) Trang trí bánh với dâu tây và kem tươi.

## 56. Kem hạnh nhân Mai

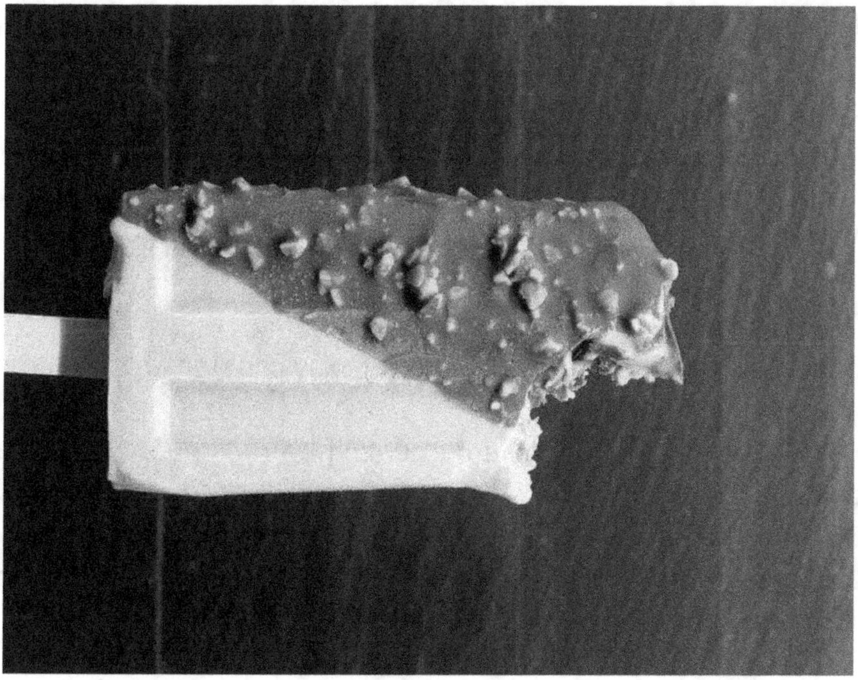

Tạo ra: 4

**THÀNH PHẦN:**

- 2 cốc bơ hạnh nhân
- 2 muỗng canh dầu hạnh nhân
- 1 thìa cà phê Mai
- ¼ cốc erythritol
- Một nắm hạt hạnh nhân

**HƯỚNG DẪN:**

a) Cho tất cả nguyên liệu vào máy xay và xay cho đến khi trộn hoàn toàn, khoảng 30 giây.

b) Đổ hỗn hợp vào 8 khuôn kem que, gõ nhẹ vào khuôn để loại bỏ bọt khí.

c) Để đông ít nhất 8 tiếng hoặc qua đêm.

d) Lấy kem que ra khỏi khuôn. Nếu kem que khó lấy ra, hãy ngâm khuôn dưới nước nóng một thời gian ngắn, kem que sẽ bong ra.

## 57. Chén chùm chùm ngây

Tạo ra: 4

**THÀNH PHẦN:**

- ⅔ cốc bơ carob
- ¾ cốc bột carob
- ⅓ cốc xi-rô cây phong
- ½ cốc bơ hạt điều
- 2 thìa cà phê bột Mai
- Muối biển

**HƯỚNG DẪN:**

a) Đổ ⅓ cốc nước vào chảo nhỏ và đặt một cái bát lên trên, đậy kín chảo. Khi bát đã nóng và nước bên dưới sôi, làm tan chảy bơ carob bên trong bát, bật lửa và. Sau khi tan chảy, tắt bếp và khuấy đều xi-rô cây phong và bột carob trong vài phút cho đến khi sô-cô-la đặc lại.

b) Dùng khuôn đựng bánh cupcake cỡ vừa đổ đầy một thìa hỗn hợp sô cô la vào lớp dưới cùng. Khi bạn đã đổ đầy tất cả các khuôn đựng bánh cupcake, hãy cho chúng vào ngăn đá tủ lạnh trong 15 phút để đông lại.

c) Lấy sô cô la đông lạnh ra khỏi tủ đông và đổ 1 thìa bột chùm ngây/bơ hạt điều lên trên lớp sô cô la đông lạnh. Ngay sau khi hoàn thành việc này, hãy đổ sô cô la tan chảy còn lại lên từng miếng búp bê để nó bao phủ mọi thứ. Rắc muối biển và để trong ngăn đá tủ lạnh khoảng 15 phút.

## 58. Kẹo chùm ngây

Tạo ra: 4

**THÀNH PHẦN:**

- 85g bơ hạnh nhân rang
- 60g bột yến mạch
- 4 thìa cà phê bột Mai
- 168g Bột đạm
- 10 giọt chanh
- 1 muỗng cà phê chiết xuất Stevia
- 1 cốc sữa hạnh nhân vani không đường
- 4 ounce sôcôla đen, tan chảy

**HƯỚNG DẪN:**

a) Đun chảy bơ hạnh nhân trong chảo và thêm bột yến mạch, bột chùm ngây, bột protein, giọt chanh và cỏ ngọt stevia. Trộn đều.
b) Bây giờ đổ sữa và khuấy liên tục cho đến khi kết hợp tốt.
c) Chuyển hỗn hợp vào chảo ổ bánh và để lạnh cho đến khi đông lại.
d) Rưới sô cô la tan chảy lên trên và để lạnh lần nữa cho đến khi sô cô la cứng lại.
e) Cắt thành 5 thanh và thưởng thức.

## 59. Kem siêu thực phẩm

**THÀNH PHẦN**

**ĐỐI VỚI HỖN HỢP KEM:**

- Nước cốt dừa đầy đủ chất béo có thể 13,5 ounce
- ¼ cốc chất làm ngọt dạng hạt hữu cơ
- 2 muỗng cà phê bột Mai hữu cơ
- 1 thìa cà phê bột bao báp hữu cơ

**ĐỐI VỚI PHẦN BỔ SUNG:**

- ½ cốc ngòi cacao thô hữu cơ

**HƯỚNG DẪN:**

a) Thêm tất cả các thành phần cho hỗn hợp kem vào Vitamix và trộn cho đến khi hỗn hợp được kết hợp tốt và mịn.

b) Đổ hỗn hợp kem vào máy làm kem và chuẩn bị theo hướng dẫn của máy.

c) Khi người làm kem đã làm kem xong, hãy cho cacao ngòi vào bằng tay.

## 60. Kem chùm ngây & việt quất

Làm: 2 phần ăn

**THÀNH PHẦN:**

- 1 thìa cà phê bột Mai
- 1 cốc quả việt quất đông lạnh
- 1 quả chuối đông lạnh
- ¼ cốc nước cốt dừa

**HƯỚNG DẪN:**

a) Thêm tất cả nguyên liệu vào máy xay hoặc máy chế biến thực phẩm và xay cho đến khi mịn.

b) Thêm chất lỏng nếu cần thiết.

## 61. Bánh chanh chùm ngây

Tạo ra: 12

**THÀNH PHẦN:**

**ĐỐI VỚI LỚP VỎ:**

- 2 cốc quả hạch Brazil/ quả hồ đào/ hạt điều
- ¼ cốc dừa nạo sấy
- 1 cốc chà là Medjool

**ĐỐI VỚI ĐIỀN:**

- 2 thìa cà phê bột Mai
- 1 ½ chén hạt điều, ngâm
- 1 quả bơ
- nước cốt của 3 quả chanh
- ¼ chén dầu dừa, đun chảy
- ½ cốc nước cốt dừa đóng hộp
- ⅓ cốc mật ong nguyên chất/xi-rô phong/mật cây thùa

**HƯỚNG DẪN:**

**ĐỐI VỚI LỚP VỎ:**

a) Xay các loại hạt trong máy xay thực phẩm cho đến khi mịn.

b) Thêm các thành phần còn lại và trộn để tạo thành bột.

c) Nhấn đều vỏ bánh vào khuôn bánh dạng lò xo hoặc 4-6 hộp bánh tart cỡ nhỏ.

**ĐỐI VỚI ĐIỀN:**

d) Trộn tất cả các thành phần trong máy xay công suất cao cho đến khi thật mịn.

e) Đổ lên lớp vỏ và đông lạnh trong 2-3 giờ.

f) Lấy ra khỏi tủ đông 10-15 phút trước khi dùng.

## 62. Ly chùm ngây & chanh

Tạo ra: 10

**THÀNH PHẦN:**

- ½ cốc bơ dừa
- ½ chén hạt Macadamia
- ½ cốc bơ cacao
- ¼ chén dầu dừa
- ¼ cốc khuấy, dạng bột
- 1 muỗng canh vỏ chanh, bào mịn
- 1 thìa cà phê bột chùm ngây

**HƯỚNG DẪN:**

e) Bắt đầu bằng cách xay tất cả nguyên liệu, ngoại trừ vỏ chanh và chùm ngây, trong máy xay thực phẩm trong một phút để kết hợp tất cả.

f) Chia hỗn hợp vào hai bát. Nó nên được giảm đi một nửa càng đều càng tốt trước khi chia đôi.

g) Bột chùm ngây nên được cho vào một bát riêng. Trong một món ăn cụ thể, hãy kết hợp vỏ chanh và các nguyên liệu khác.

h) Chuẩn bị 10 cốc bánh muffin nhỏ bằng cách đổ hỗn hợp Mai vào nửa cốc rồi phủ lên trên một thìa rưỡi hỗn hợp chanh. Để qua một bên. Hãy chắc chắn rằng nó đã được để trong tủ lạnh ít nhất một giờ trước khi phục vụ.

## 63. Kem chùm ngây

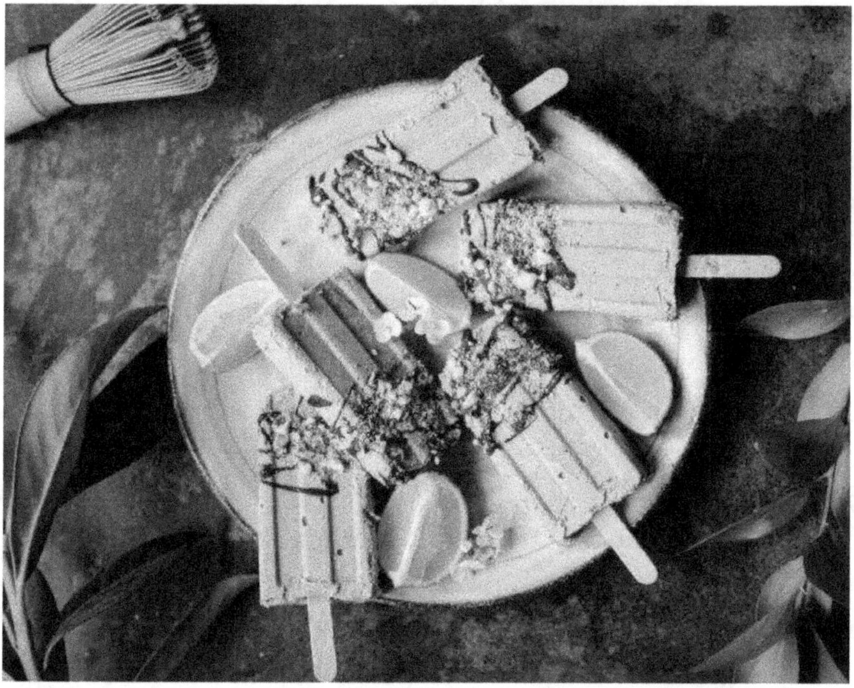

Tạo ra: 4

**THÀNH PHẦN:**

- 2 cốc nước cốt dừa không đường, để lạnh
- 2 muỗng canh dầu dừa
- 1 thìa cà phê Mai
- ¼ cốc erythritol hoặc dạng hạt

**HƯỚNG DẪN:**

e) Cho tất cả NGUYÊN LIỆU: vào máy xay và xay cho đến khi trộn hoàn toàn, khoảng 30 giây.

f) Đổ hỗn hợp vào 8 khuôn kem que, gõ nhẹ vào khuôn để loại bỏ bọt khí.

g) Để đông ít nhất 8 tiếng hoặc qua đêm.

h) Lấy kem que ra khỏi khuôn. Nếu kem que khó lấy ra, hãy ngâm khuôn dưới nước nóng một thời gian ngắn, kem que sẽ bong ra.

## 64. Kem Mai

Tạo ra: 2

**THÀNH PHẦN:**

- Bột Mai, ba muỗng canh
- Nửa rưỡi, hai cốc
- Muối Kosher, một nhúm
- Đường, nửa cốc

**HƯỚNG DẪN:**

a) Trong một cái chảo vừa, trộn nửa rưỡi, đường và muối với nhau.

b) Bắt đầu nấu hỗn hợp trên lửa vừa và thêm bột Mai.

c) Tắt bếp và chuyển hỗn hợp vào tô đặt trong bồn nước đá. Khi hỗn hợp nguội thì bọc lại bằng màng bọc thực phẩm và cho vào tủ lạnh.

d) Món ăn của bạn đã sẵn sàng để được phục vụ.

## 65. Cốc hạt điều Mai

Tạo ra: 4

**THÀNH PHẦN:**

- ⅔ cốc bơ cacao.
- ¾ cốc bột cacao.
- ⅓ cốc xi-rô cây phong.
- ½ cốc bơ hạt điều, hoặc bất kỳ loại nào bạn thích.
- 2 thìa cà phê bột Mai.
- Muối biển.

**HƯỚNG DẪN:**

d) Đổ ⅓ cốc nước vào chảo nhỏ và đặt một cái bát lên trên, đậy kín chảo. Khi bát đã nóng và nước bên dưới sôi, làm tan chảy bơ cacao bên trong bát, bật lửa và. Sau khi tan chảy, tắt bếp và khuấy đều xi-rô cây phong và bột cacao trong vài phút cho đến khi sô-cô-la đặc lại.

e) Dùng khuôn đựng bánh cupcake cỡ vừa đổ đầy một thìa hỗn hợp sô cô la vào lớp dưới cùng. Khi bạn đã đổ đầy tất cả các khuôn đựng bánh cupcake, hãy cho chúng vào ngăn đá tủ lạnh trong 15 phút để đông lại.

f) Lấy sô cô la đông lạnh ra khỏi tủ đông và đổ 1 thìa bột chùm ngây/bơ hạt điều lên trên lớp sô cô la đông lạnh. Ngay sau khi hoàn thành việc này, hãy đổ sô cô la tan chảy còn lại lên từng miếng búp bê để nó bao phủ mọi thứ. Rắc muối biển và để trong ngăn đá tủ lạnh khoảng 15 phút.

## 66. Kẹo chùm ngây

Tạo ra: 4

**THÀNH PHẦN:**

- Bơ hạnh nhân rang, 85 g
- Bột yến mạch, 60 g
- Sữa hạnh nhân vani không đường, 1 cốc
- Bột protein, 168 g
- Sôcôla đen, 4 ounce tan chảy
- Bột chùm ngây, 4 thìa cà phê
- Chiết xuất Stevia, 1 muỗng cà phê
- chanh, 10 giọt

**HƯỚNG DẪN:**

f) Đun chảy bơ trong chảo và thêm bột yến mạch, bột trà, bột protein, giọt chanh và cỏ ngọt stevia. Trộn đều.
g) Bây giờ đổ sữa và khuấy liên tục cho đến khi kết hợp tốt.
h) Chuyển hỗn hợp vào chảo ổ bánh và để lạnh cho đến khi đông lại.
i) Rưới sô cô la tan chảy lên trên và để lạnh lần nữa cho đến khi sô cô la cứng lại.

## 67. Kem chùm ngây

Tạo ra: 2

**THÀNH PHẦN:**

- 1 cốc sữa nguyên chất
- ¾ cốc đường
- 4 thìa bột chùm ngây
- 2 cốc kem đặc

**HƯỚNG DẪN:**

a) Kết hợp sữa, đường và Mai trong một cái chảo vừa và đánh cho đến khi bột Mai tan. Đun sôi trên lửa vừa, khuấy đều cho đến khi đường tan. Tắt bếp và khuấy đều kem.

b) Làm nguội đến nhiệt độ phòng, sau đó đậy nắp và để lạnh cho đến khi nguội hẳn, từ 3 đến 4 giờ hoặc qua đêm.

c) Đổ hỗn hợp đã nguội vào máy làm kem và đông lạnh theo hướng dẫn.

d) Chuyển kem vào hộp đựng an toàn trong tủ đông và đặt nó vào tủ đông. Để nó cứng lại trong 1 đến 2 giờ trước khi dùng.

## 68. quả hồng chùm ngây

Tạo ra: 2

**THÀNH PHẦN:**

- 1 cốc sữa chua Hy Lạp
- 1 thìa cà phê Mai
- ½ muỗng cà phê chiết xuất vani
- 1 muỗng canh mật ong

**PHỦ BÊN TRÊN THỨC ĂN**

- Quả hồng
- chùm mè

**HƯỚNG DẪN:**

a) Kết hợp tất cả các thành phần trong một cái bát.

## 69. Kem Absinthe & Meringue

Làm cho: khoảng 1 lít

**THÀNH PHẦN:**

- 2⅔ cốc sữa nguyên chất
- 1 muỗng canh cộng với 2 muỗng cà phê bột bắp
- 4 muỗng canh kem phô mai, làm mềm
- ½ muỗng cà phê bột Mai
- ⅛ muỗng cà phê muối biển mịn
- 1½ cốc kem đặc
- ¾ cốc đường
- ¼ cốc xi-rô ngô nhẹ
- 1¼ cốc rượu absinthe, Pernod hoặc bánh ngọt
- ½ muỗng cà phê chiết xuất hồi
- 1 chén bánh trứng đường vụn từBánh Meringue

**HƯỚNG DẪN:**

a) Trộn khoảng 2 thìa sữa với bột bắp vào một cái bát nhỏ để tạo thành hỗn hợp sền sệt.

b) Đánh kem phô mai, chùm ngây và muối trong tô vừa cho đến khi mịn.

c) Đổ đầy nước đá và nước vào một tô lớn.

d) Nấu ăn Kết hợp phần sữa còn lại, kem, đường và xi-rô ngô vào nồi 4 lít, đun sôi trên lửa vừa cao và đun sôi trong 4 phút. Tắt bếp và cho dần dần hỗn hợp bột ngô vào. Đun sôi lại hỗn hợp trên lửa vừa cao và nấu, khuấy bằng thìa chịu nhiệt cho đến khi hơi đặc, khoảng 1 phút. Hủy bỏ khỏi nhiệt.

e) Làm lạnh Từ từ đánh hỗn hợp sữa nóng vào kem phô mai cho đến khi mịn. Đổ hỗn hợp vào túi cấp đông Ziplock 1 gallon và ngâm túi kín vào bồn nước đá. Để yên, thêm đá nếu cần, cho đến khi nguội, khoảng 30 phút.

f) Đóng băng Lấy hộp đông lạnh ra khỏi tủ đông, lắp ráp máy làm kem của bạn và bật nó lên. Đổ đế kem vào hộp và quay cho đến khi đặc và mịn như kem.

g) Đóng gói kem vào hộp bảo quản. Khuấy chiết xuất absinthe và hồi rồi trộn từng miếng bánh trứng đường vào. Ấn trực tiếp một tờ giấy da lên bề mặt và đậy kín bằng nắp đậy kín. Làm đông lạnh ở phần lạnh nhất trong tủ đông của bạn.

## 70. kem chùm ngây

Làm: 4 phần ăn

**THÀNH PHẦN:**

- ¾ cốc đường
- 3 cốc Mai ủ nóng

**HƯỚNG DẪN:**

a) Hòa tan đường vào trà và để trong tủ lạnh cho đến khi nguội.

b) Làm đông kem trong tủ đông kem theo hướng dẫn của nhà sản xuất.

# 71. <u>Chia Seed Pudding</u>

Tạo ra: 1

**THÀNH PHẦN**

- ¼ chén hạt chia đen
- 1 cốc sữa thực vật
- ½ quả chanh, nước cốt chanh tươi
- ⅛ muỗng cà phê bột Ashwagandha
- một nhúm bột đậu vani
- 1 thìa cà phê bột Mai
- 1 củ gừng tươi bào nhỏ

**HƯỚNG DẪN:**

a) Trong một tô lớn, trộn hạt chia với sữa và nước cốt chanh.

b) Đánh đều Ashwagandha, vani, Mai và gừng. Cho vào tủ lạnh và khuấy lại sau 15-30 phút.

c) Đậy nắp và ngâm hỗn hợp pudding trong tủ lạnh từ 2-8 tiếng qua đêm để hạt chia nở thành pudding.

## 72. Kem hồ trăn Mai

Làm: 8 cây kem nhỏ

**THÀNH PHẦN:**

- 2 thìa cà phê bột Mai
- ½ cốc quả hồ trăn đã bóc vỏ
- ½ cốc hạt điều
- ½ cốc nước cốt dừa
- 1 chén cùi dừa
- 2 thìa cà phê bột đậu vani
- ¼ cốc xi-rô cây phong
- 3 muỗng canh dầu dừa tan chảy
- 100g sôcôla đen hoặc sôcôla thô chất lượng tốt, đun chảy

**HƯỚNG DẪN:**

a) Trộn quả hồ trăn và hạt điều trong máy xay thực phẩm hoặc máy xay công suất lớn và nghiền thành bột mịn.

b) Thêm nước cốt dừa, cùi dừa, vani, bột Mai, cây phong và xay nhuyễn cho đến khi mịn.

c) Giữ máy xay chạy trong khi đổ dầu dừa tan chảy vào. Điều này sẽ tạo ra một hỗn hợp kem đẹp mắt.

d) Đổ vào khuôn kem hoặc ramekins và để đông trong 2-3 giờ.

e) Để phục vụ, lấy kem ra khỏi khuôn, đặt chúng lên khay có lót giấy nướng và rưới lên sô cô la nóng chảy.

f) Đặt lại vào tủ lạnh để khoảng một hoặc hai phút rồi dùng.

## 73. Dâu, yến mạch và Mai

Tạo ra: 2

**THÀNH PHẦN:**

- 1 chén yến mạch kiểu cũ
- 2 ¼ chén bột mì đa dụng
- ⅔ cốc đường
- 1 muỗng canh bột nở
- 2 muỗng canh Mai, rây
- ½ muỗng cà phê muối
- 1 ¼ cốc sữa
- 2 muỗng cà phê chiết xuất vani
- 2 quả trứng, đánh bông
- Hộp 6 oz sữa chua Hy Lạp không béo
- ⅓ cốc dầu dừa, ở trạng thái lỏng
- 1 lb dâu tây hữu cơ, cắt thành miếng ¼ inch
- Xịt chống dính
- chà nhám đường, để hoàn thành

**HƯỚNG DẪN:**

f) Làm nóng lò trước ở nhiệt độ 200 độ C. Đặt 8 miếng lót bánh cupcake vào mỗi khuôn, sau đó xịt nhẹ một lớp xịt chống dính lên chúng.

g) Trong một bát trộn, trộn tất cả các nguyên liệu khô. Trong một tô trộn khác, trộn tất cả nguyên liệu ướt. Từ từ trộn nguyên liệu ướt vào nguyên liệu khô cho đến khi vừa trộn đều. Nhẹ nhàng trộn dâu tây thái hạt lựu vào. Dùng thìa hoặc muỗng múc kem để đổ đầy lớp lót cho đến khi bột chỉ gần mép trên của lớp lót.

h) Rắc đường cát lên mặt trên để có lớp vỏ bánh muffin giòn.

i) Nướng bánh nướng xốp ở 200 độ C trong 10 phút đầu tiên, sau đó giảm nhiệt xuống 80 độ C trong khoảng 12-15 phút nữa cho đến khi mặt bánh có màu vàng nhạt và dùng tăm rút ra sạch sẽ.

j) Khi bánh nướng xốp đủ nguội để xử lý, hãy chuyển chúng sang giá làm mát. Nếu bạn phục vụ bánh nướng xốp ngay lập tức, chúng có thể dính vào lớp lót. Đợi cho đến khi chúng nguội hoàn toàn và chúng sẽ dễ dàng thả ra.

# 74. Kem Mai, Chà Là & Chuối Nice

Tạo ra: 2

**THÀNH PHẦN:**

- 5 quả chuối đông lạnh
- Nước dừa
- 2 ngày
- 1 muỗng canh bột chùm ngây

**HƯỚNG DẪN:**

a) Đặt tất cả các thành phần thông qua máy xay thực phẩm của bạn

b) Dùng trong một chiếc bát xinh xắn

c) Trang trí với topping tùy thích.

## 75. Kem Chuối Mai Đẹp

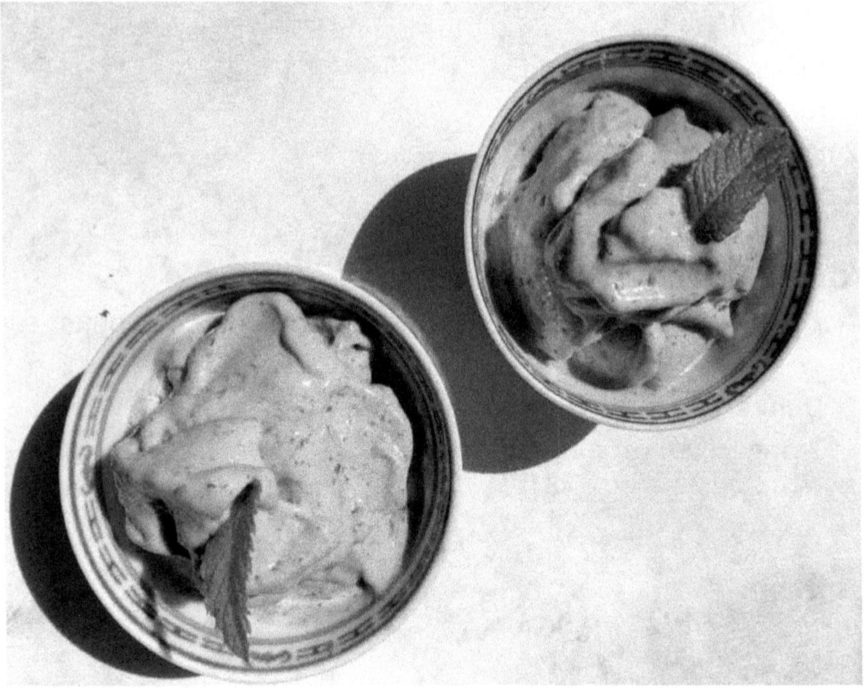

Làm: 2-3 phần ăn

**THÀNH PHẦN:**

- 2 quả chuối lớn, gọt vỏ, cắt thành từng miếng rồi đông lạnh
- 1 thìa cà phê bột Mai

**HƯỚNG DẪN:**

a) Đặt những miếng chuối vào máy xay thực phẩm có gắn lưỡi chữ S và bật máy.
b) Để động cơ chạy cho đến khi chuối có kết cấu siêu mịn, giống như kem mềm.
c) Sau khi chuối trở thành kem, thêm bột Mai và trộn đều.
d) Phục vụ ngay lập tức.

## 76. Mai và mâm xôi Friands

Tạo ra: 4

**THÀNH PHẦN:**

- 95g bơ không muối, cắt hạt lựu
- 135g lòng trắng trứng
- 150g đường cát
- 100g bột hạnh nhân
- 60g bột mì
- 12g chùm ngây
- chút muối
- Tùy chọn: Quả mâm xôi tươi/đông lạnh

**HƯỚNG DẪN:**

a) Bôi bơ thật kỹ vào khuôn làm bánh nướng xốp và rắc ít bột mì lên trên.

b) Đun nóng bơ trong chảo trên lửa vừa và để nấu cho đến khi có màu vàng nâu.

c) Tắt lửa và tắt bếp khi khoai đã có màu vàng nâu, nếu không khoai sẽ chuyển từ nâu vàng sang đen rất nhanh. Để nguội đến nhiệt độ phòng trong khi chuẩn bị các nguyên liệu còn lại.

d) Trong một cái bát, cho đường, bột mì và hạnh nhân xay, bột Mai và muối vào với nhau. Đánh đều các nguyên liệu khô một chút.

e) Thêm bơ vào và đánh đều để kết hợp.

f) Cho từ từ lòng trắng trứng vào trong khi đánh cho đến khi hòa quyện. Bạn không cần tạo quá nhiều bọt trong lòng trắng trứng. Tôi làm tất cả những điều này bằng tay vì bạn chỉ cần bột kết hợp với nhau.

g) Múc bột bánh rán vào khuôn muffin đã phết mỡ. Đặt một quả mâm xôi vào giữa bánh rán. Nướng trong lò làm nóng sẵn ở nhiệt độ 190 độ trong khoảng 15 phút hoặc cho đến khi chạm vào.

h) Để nguội một chút trong khuôn bánh muffin trước khi mở khuôn. Làm nguội chúng hoàn toàn trên giá đỡ trước khi phục vụ.

## 77. nấm cục Mai

Làm: khoảng 50 nấm cục

**THÀNH PHẦN:**

- 225 gram kem đặc
- ¼ cốc xi-rô cây phong
- 2 muỗng canh đường nâu
- 1 muỗng canh Mai, cộng thêm một muỗng canh khác để lau bụi
- 340 gram sôcôla đắng, thái nhỏ
- Một nhúm muối Mai hoặc muối kosher

**HƯỚNG DẪN:**

a) Đun sôi kem trong chảo nhỏ trên lửa vừa, thêm xi-rô cây phong và đường nâu vào, khuấy đều cho đến khi hòa tan, khoảng 2 phút.

b) Thêm 1 muỗng canh Mai, khuấy cho đến khi hòa tan và đặt sang một bên.

c) Đặt sô cô la vào tô trộn lớn và đổ hỗn hợp kem vào. Trộn kỹ và đổ vào khay nướng có lót giấy da. Làm mịn nó bằng thìa cao su. Làm nguội trong tủ lạnh khoảng một giờ.

d) Dùng thìa múc một thìa cà phê đầy và tạo thành một quả bóng bằng lòng bàn tay. Lặp lại cho đến khi dùng hết sô cô la - bạn sẽ có khoảng 50 viên nấm cục.

e) Xếp chúng lên khay hoặc đĩa và phủ thêm Mai lên chúng bằng rây mịn. Rắc nhẹ Mai lên trên.

# sinh tố và cocktail

## 78. Sinh tố chùm ngây

Làm: 1 phần ăn

**THÀNH PHẦN**

- 1 cốc sữa hạnh nhân
- 1 muỗng canh bột Mai
- 1 quả chuối hoặc dứa đông lạnh, cắt nhỏ

**HƯỚNG DẪN**

a) Thêm sữa hạnh nhân, Mai và chuối hoặc dứa đông lạnh vào máy xay tốc độ cao.

b) Chế biến cho đến khi sinh tố mịn và kem. Phục vụ ngay lập tức.

## 79. Sinh tố dưa chuột bông cải xanh

Tạo ra: 2

**THÀNH PHẦN:**

- 1 cốc bông cải xanh
- 2 thìa bơ hạt điều
- 2 tỏi tây
- 2 quả dưa chuột
- 1 quả chanh
- ½ chén rau diếp
- ½ chén lá xà lách
- 1 thìa Mai
- 1 cốc đá xay

**HƯỚNG DẪN:**

a) Kết hợp trong máy xay sinh tố.

b) Phục vụ.

# 80. Sinh Tố Cacao Rau Bina

Tạo ra: 2

**THÀNH PHẦN:**

- 2 chén rau bina
- 1 cốc quả việt quất, đông lạnh
- 1 muỗng canh bột cacao đen
- ½ cốc sữa hạnh nhân không đường
- ½ cốc đá xay
- 1 thìa cà phê mật ong
- 1 muỗng canh bột Mai

**HƯỚNG DẪN:**

a) Kết hợp trong máy xay sinh tố

b) Phục vụ

## 81. Mai lắc

Làm: 4 phần ăn

**THÀNH PHẦN:**

- ¾ cốc hạnh nhân
- ¾ cốc chà là bỏ hạt
- 1 thìa Mai
- 3 cốc nước lọc
- ½ muỗng cà phê bột maca
- 1 cốc đá

**HƯỚNG DẪN:**

a) Kết hợp hạnh nhân, chà là, Mai, nước, maca và đá trong máy xay tốc độ cao và xay cho đến khi mịn. Thêm đá và trộn cho đến khi trộn đều.

b) Tốt nhất nên dùng ngay nhưng sẽ giữ được vài ngày trong tủ lạnh.

## 82. Lắc bơ Mai hương vani

Tạo ra: 2

**THÀNH PHẦN:**

- 1½ cốc sữa hạnh nhân
- 2 muỗng bột protein vani
- ¼ thìa cà phê chiết xuất vani
- ½ quả bơ đã bỏ hạt và gọt vỏ
- 2 thìa cà phê bột Mai
- 1 nắm rau chân vịt

**HƯỚNG DẪN:**

a) Xay đến khi mịn.

b) Nếm và điều chỉnh đá hoặc nguyên liệu nếu cần.

## 83. Trà chùm ngây và bạc hà

Làm: 2 phần ăn

**THÀNH PHẦN:**

- 1 muỗng nhỏ bột Mai
- Xi-rô bạc hà
- Nước lạnh
- Đá

**HƯỚNG DẪN:**

d) Trộn bột Mai và xi-rô vào cốc.
e) Đổ nước lên tới ¾.
f) Khuấy và thêm đá vào cho đầy.

## 84. Sinh tố Mai, maca, hạt lanh và tahini

Làm: 1 ly

**THÀNH PHẦN:**

- ½ cốc sữa thực vật
- 1 quả chuối lớn
- ½ cốc quả việt quất đông lạnh
- ½ cốc quả mâm xôi tươi
- 1 muỗng cà phê bột Mai
- 1 muỗng cà phê hạt lanh xay
- 1 muỗng cà phê maca
- 1 muỗng cà phê tahini

**HƯỚNG DẪN:**

a) Cho tất cả nguyên liệu vào một cái bình để trộn đều.
b) Trộn cho đến khi sinh tố kem.
c) Rắc thêm một ít hạt lanh xay hoặc quả mọng tươi.
d) Tốt nhất nên phục vụ ngay lập tức.

## 85. Rượu Gin làm mát táo, hương thảo & Mai

Tạo ra: 2

**THÀNH PHẦN:**

- 1 thìa cà phê bột Mai
- 3 quả táo xanh
- 3 thìa rượu gin
- 1 thìa mật ong
- 2 thìa nước cốt chanh
- 2 nhánh hương thảo
- Nuoc soda
- Đá

**HƯỚNG DẪN:**

a) Bỏ lõi táo và nước ép. Trong bình lắc cocktail hoặc hộp có nắp, thêm nước táo, nước cốt chanh, bột Mai, mật ong và rượu gin rồi lắc mạnh.

b) Đổ đá vào hai cốc ướp lạnh, thêm nhánh hương thảo, thêm lát táo và đổ nước soda để có một ly cocktail loãng hơn.

## 86. Nước chùm ngây, bạc hà, chanh và chanh

**THÀNH PHẦN:**

- 1-2 thìa cà phê bột Mai
- 1 lít nước lạnh
- 2 quả chanh, cắt lát mỏng
- 2 quả chanh, cắt lát mỏng
- một nắm lớn lá bạc hà tươi

**HƯỚNG DẪN:**

a) Cho tất cả nguyên liệu vào chai lớn hoặc bình thủy tinh.

b) Để trong tủ lạnh ít nhất 2 giờ trước khi dùng với nhiều đá.

## 87. Sinh tố Mai Probiotic Kefir

Tạo ra: 1

**THÀNH PHẦN:**

- 1 thìa cà phê bột Mai
- 300ml nước cốt dừa kefir
- một nắm nhỏ cải xoăn hoặc rau bina
- ½ quả bơ
- 1 quả chuối
- 1 thìa bột collagen
- 1 muỗng canh hạt hướng dương
- 1 muỗng cà phê hạt lanh
- 3 viên đá

**HƯỚNG DẪN:**

a) Cho tất cả nguyên liệu vào máy xay và xay cho đến khi mịn.

b) Đổ vào ly và trang trí bằng hoa ăn được và dừa nạo sấy.

## 88. Sinh tố sô cô la chuối Mai

Tạo ra: 2

**THÀNH PHẦN:**

- ½ muỗng cà phê bột Mai
- 2 thìa bột Super-Cacao
- 1 quả chuối
- ½ quả bơ
- 2 quả chà là Medjool
- 1 ½ cốc sữa không đường

**HƯỚNG DẪN:**

a) Thêm tất cả nguyên liệu vào máy xay và xay cho đến khi mịn.

b) Ăn kèm với rắc cacao nếu muốn.

## 89. Sinh Tố Bơ Mai

Tạo ra: 3

**THÀNH PHẦN:**

- ½ quả bơ, gọt vỏ và cắt hạt lựu
- ⅓ dưa chuột
- 2 chén rau bina
- 1 cốc nước cốt dừa
- 1 cốc sữa hạnh nhân
- 1 thìa cà phê bột Mai
- ½ nước cốt chanh
- ½ muỗng bột protein vani
- ½ muỗng cà phê hạt chia

**HƯỚNG DẪN:**

a) Trộn thịt bơ với dưa chuột và các nguyên liệu còn lại trong máy xay cho đến khi mịn.

b) Phục vụ.

## 90. Sinh tố bông cải xanh Mai

Tạo ra: 2

**THÀNH PHẦN:**

- 1 cốc bông cải xanh
- 2 muỗng canh bơ dừa
- 1 quả chanh
- 1 muỗng canh Mai
- 1 cốc đá xay

**HƯỚNG DẪN:**

c) Kết hợp trong máy xay sinh tố.

d) Phục vụ.

## 91. Sinh tố Mai cải xoăn

Tạo ra: 2

**THÀNH PHẦN:**

- 2 chén cải xoăn
- 1 cốc quả việt quất, đông lạnh
- 1 muỗng canh bột cacao đen
- ½ cốc nước cốt dừa không đường
- ½ cốc đá xay
- 1 thìa cà phê mật ong
- 1 thìa bột chùm ngây

**HƯỚNG DẪN:**

c) Kết hợp trong máy xay sinh tố
d) Phục vụ

## 92. Mai MCT lắc

Làm: 4 phần ăn

**THÀNH PHẦN:**

- ¾ cốc hạnh nhân
- ¾ cốc chà là bỏ hạt
- 1 thìa Mai
- 3 cốc nước lọc
- ½ muỗng cà phê dầu mct
- 1 cốc đá

**HƯỚNG DẪN:**

c) Kết hợp hạnh nhân, chà là, Mai, nước, dầu MCT và đá trong máy xay tốc độ cao và xay cho đến khi mịn.

d) Thêm đá và trộn cho đến khi trộn đều.

e) Tốt nhất nên dùng ngay nhưng sẽ giữ được vài ngày trong tủ lạnh.

## 93. Sinh tố chùm ngây & gừng

Tạo ra: 2

**THÀNH PHẦN:**

- 1 quả lê Anjou, cắt nhỏ
- ¼ chén nho khô trắng hoặc dâu tằm khô
- 1 thìa cà phê gừng tươi băm nhỏ
- 1 nắm lớn rau diếp romaine cắt nhỏ
- 1 muỗng canh hạt cây gai dầu
- 1 cốc Mai ủ không đường, để nguội
- 7 đến 9 viên đá

**HƯỚNG DẪN:**

a) Cho tất cả nguyên liệu trừ đá vào Vitamix và xay cho đến khi mịn và mịn như kem.

b) Thêm đá và xử lý lại. Uống lạnh.

## 94. Mai Limeade

Làm: 20 phần ăn

**THÀNH PHẦN:**

- 2 cốc nước sôi
- bột chùm ngây
- 2 lon nước chanh cô đặc đông lạnh 12 ounce
- Trang trí: lát chanh

**HƯỚNG DẪN:**

a) Trong ấm trà, kết hợp nước sôi và chùm ngây. Để yên trong 10 phút; để trà nguội một chút.

b) Trong bình lớn, chuẩn bị nước chanh đông lạnh theo hướng dẫn trên bao bì.

c) Khuấy trà; che đậy và thư giãn. Trang trí với lát chanh.

d) Tiết kiệm nước ép màu đỏ từ lọ anh đào maraschino. Khuấy một ít vào nước punch, nước chanh, rượu gừng hoặc sữa để có một thức uống màu hồng ngọt ngào mà trẻ em sẽ yêu thích.

## 95. Lắc sô cô la bạc hà

Tạo ra: 2

**THÀNH PHẦN:**

- 2 muỗng bột protein sô cô la
- 12 ounce Mai hương bạc hà
- 1 muỗng canh bột cacao nguyên chất
- 1 muỗng canh ngòi cacao
- 3 viên đá

**HƯỚNG DẪN:**

a) Cho tất cả nguyên liệu vào máy xay trong 30-60 giây.

## 96. Rượu rum lắc Mai

Tạo ra: 2

**THÀNH PHẦN:**

- 1½ cốc sữa hạnh nhân
- ¼ thìa cà phê chiết xuất rượu rum
- ½ quả bơ đã bỏ hạt và gọt vỏ
- 2 thìa cà phê bột Mai

**HƯỚNG DẪN:**

c) Xay đến khi mịn.

d) Nếm và điều chỉnh đá hoặc nguyên liệu nếu cần.

## 97. Mai và dừa sinh tố

Tạo ra: 2

**THÀNH PHẦN:**

- Đá + nước cốt dừa
- 1 muỗng sữa chua sinh tố
- 1 muỗng nhỏ bột Mai

**HƯỚNG DẪN:**

a) Đổ đầy đá vào cốc, ngang bằng với miệng cốc
b) Đổ sữa lên trên đá
c) Đổ lượng chứa trong cốc vào bình máy xay
d) Thêm sinh tố và Mai
e) Đậy nắp thật kỹ rồi trộn đều cho đến khi mịn

## 98. Mai & Dâu Frappé

Tạo ra: 2

**THÀNH PHẦN:**

- Đá + sữa
- 1 muỗng nhỏ bột Mai
- 2 xi-rô dâu tây không đường
- 1 muỗng sô-cô-la trắng

**HƯỚNG DẪN:**

a) Đổ đá vào cốc, đặt ngang miệng cốc
b) Đổ sữa lên trên đá
c) Đổ lượng chứa trong cốc vào bình máy xay
d) Thêm Mai, xi-rô và bột sinh tố
e) Xay đến khi mịn

## 99. Sinh Tố Sữa Chua Mai

Tạo ra: 2

**THÀNH PHẦN:**

- ½ cốc sữa chua
- 2 thìa mật ong hoặc đường
- ½ cốc đá viên
- 1 thìa cà phê Mai

**HƯỚNG DẪN:**

a) Chỉ cần cho tất cả nguyên liệu vào máy xay và trộn đều.

## 100. Sinh Tố Trái Cây Mai

Tạo ra: 2

**THÀNH PHẦN:**

- ¼ cốc quả mọng
- ½ cốc sữa chua
- ½ cốc đá viên
- 1 thìa cà phê Mai

**HƯỚNG DẪN:**

a) Trộn các nguyên liệu trong máy xay điện rồi đổ hỗn hợp vào một lớp cao. Tốt nhất nên uống ngay sau khi chuẩn bị.

b) Bạn có thể thêm kiwi, chuối, xoài và hương bạc hà hoặc gừng, tùy theo sở thích của bạn.

# PHẦN KẾT LUẬN

Tóm lại, Mai là một loại cây cực kỳ bổ dưỡng và linh hoạt, có thể được sử dụng trong nhiều công thức nấu ăn. Từ sinh tố, salad đến súp, có vô số cách để kết hợp Mai vào chế độ ăn uống của bạn. Bằng cách thử một số công thức nấu ăn Mai mà chúng tôi đã chia sẻ trong bài viết này, bạn có thể tận hưởng nhiều lợi ích sức khỏe của siêu thực phẩm này đồng thời thưởng thức những bữa ăn ngon và thỏa mãn. Vì vậy, hãy tiếp tục và thử những công thức nấu ăn này - vị giác và cơ thể của bạn sẽ cảm ơn bạn!

www.ingramcontent.com/pod-product-compliance
Lightning Source LLC
LaVergne TN
LVHW011038061026
849535LV00006B/2079